# THE ADVENTURES OF THE GOOROO PARAMARTAN

# THE ADVENTURES OF THE GOOROO PARAMARTAN

A TALE IN [illegible] UAGE;

BY A TRA [illegible] BULARY,

TOGET [illegible] SIS OF

BY B [illegible] NGTON,

OF [illegible] DRAS CIVIL SERVICE



GYAN

*Published by*

Gyan Publishing House
5, Ansari Road
Daryaganj, New Delhi-110002
Phone: 011-47034999, 9811692060
E-mail: books@gyanbooks.com

*Distribution Network*
gyanbooks.com
India, USA, Canada, UK, Australia, France



ISBN : 978-81-212-3099-5 (PB)
First Published, 1822

2nd Impression 2020

*Printed at:* Gyan Press, Delhi.



**The Adventures of the Gooroo Paramartan**
Author: Benjamin Babington

# பரமாரததகுருவின
# கதை.

THE ADVENTURES OF THE

# GOOROO PARAMARTAN:

A TALE IN THE TAMUL LANGUAGE: ACCOMPANIED

BY A TRANSLATION AND VOCABULARY,

TOGETHER WITH AN ANALYSIS OF

THE FIRST STORY.

BY BENJAMIN BABINGTON,

OF THE MADRAS CIVIL SERVICE.

LONDON:

J. M. RICHARDSON, 23, CORNHILL.

MDCCCXXII.

TO THE

HONOURABLE THE COURT OF DIRECTORS

FOR

MANAGING THE AFFAIRS

OF THE

UNITED EAST INDIA COMPANY,

**This Translation,**

IS

RESPECTFULLY AND GRATEFULLY

**DEDICATED,**

By their most obedient

and most humble Servant,

B. G. BABINGTON.

# PREFACE.

THE Tamul language is spoken by a population of more than five millions; being current in the Southern portion of the Peninsula of India, throughout the Jaghire, the districts of South Arcot, Salem, Coimbatoor, Combaconum, Tanjour, Trichinopoly, Madura, Dindigul, and Tinnivelly, as well as in many parts of the extensive kingdom of Mysore.

It is not derived from any language at present in existence, and is either itself the parent of the Teloogoo, Malayālam and Canarese languages, or, what is more probable, has its origin in common with these in some ancient tongue which is now lost, or only partially preserved in its offspring.

In its more primitive words, such as the names of natural objects, the verbs expressive of physical action or passion, the numerals, &c. it is quite unconnected with the Sanskrit, and what it thence so largely borrowed, when the Tamuls, by intercourse with the more enlightened people of the North, began to emerge from barbarity, has reference to the expression of moral sentiments and abstract metaphysical notions, and is chiefly to be found in the colloquial idiom. In this remarkable circumstance, and also in the construction of its alphabet, the Tamul differs much from the other languages of the South, which are found to admit the Sanskrit more largely in literary and poetical compositions than in the ordinary dialect of conversation, and which adopt the arrangement of the Sanskrit alphabet with scarcely any variation. The higher dialect of the Tamul, on the contrary, is almost entirely free from Sanskrit words and idioms, and the language retains an alphabet which tradition affirms to have heretofore consisted of but sixteen letters, and which, so far from resembling the very perfect alphabet of the Sanskrit, wants nearly half its characters, and has several letters of peculiar powers.

Since, therefore, as might have been expected from its geographical situation, the Tamul language has stronger traces of originality than any of the cognate dialects of Southern India, it is, with propriety, taken first in the order of study, and he who adds a knowledge of this Southern tongue to the more polished language of the North,* has more than half accomplished the acquisition of all the Hindoo languages of India.

It is unnecessary to enlarge upon the utility of the Oriental languages to those who are destined to the conduct of public affairs in India; since the advantage of an immediate intercourse between the mass of the people and those who are intrusted with their government, is now not only generally acknowledged, but also earnestly sought, in the measures which have been adopted, both at home and abroad, for the education of the Honourable Company's Servants.

It is the object of the following pages, to furnish materials for commencing, in this country, the study of the Tamul language, and for this purpose a Tamul Tale has been selected, of which a Translation, Vocabulary and Analysis have been furnished.

---

* The *Sanskrit* is thus designated in the Tamul countries.

The Story of the Gooroo Paramārtan, is one of the lighter productions of that profound scholar and rare genius, father Beschi;* and, if it had any higher aim than the mere amusement which its author might derive from thus satirizing the

---

* The few following particulars, of one whose fame is so well estabished in the South of India, may not be unacceptable to those whose views are directed to that country. They are taken from a Tamul MS. in my possession.

Vīramāmooni or the great Champion Devotee, as Beschi is surnamed by the Tamuls, was a native of Italy, and one of the religious order of Jesuits. Having been appointed by the Pope to the East India Mission, he arrived, in 1700, at the city of Goa, on the Western coast. He thence proceeded to Avoor, in the district of Trichinopoly, where he studied the Tamul language in both its dialects, as well as the Sanskrit and Teloogoo; and with a view to public employment, which it was ever the Jesuit policy to seek in order to promote their religious views, he made himself master of the Hindostannee and Persian. It is probable that he held political offices in the earlier part of his life, for we can hardly suppose him to have risen at once to the appointment of Divan, which he held under the celebrated Chunda Saheb, during his rule as Nabob of Trichinopoly, especially as Chunda Saheb did not assume the government of that place until the death of the Rajah, which happened in the year 1736.

From the moment of his arrival in India, he, in conformity with Hindoo custom, abandoned the use of animal food, and employed Brahmans to prepare his meals. He adopted the habit of a religious devotee, and on his visitations to his flock assumed all the pomp and pageantry with which Hindoo Gooroos usually travel. He founded a church at Konāngooppam Ariyanoor, in the district of Baroor, and my MS. notices particularly a picture of the Madonna and the child Jesus, which he caused to be painted at Manilla and set up in that church. It was in honour of this Madonna, of her husband Joseph and the Lord Jesus, that he composed the Sacred Poem called Tēmbāvani: which, vying in length with the Iliad itself, is by far the most celebrated and most voluminous of his works. It contains 3615 tetrasticks, each of which is furnished with a prose interpretation; and, to judge from the only Padalam or Canto which I have had an opportunity of reading, where the murder of the innocents is described, its merits are not over-rated. Vīramāmooni also founded a church at Tirookāvaloor,

Indian Priesthood, it was probably intended as a pleasant vehicle of instruction to those Jesuits whose labours required a knowledge of the Tamul language. Its grammatical accuracy, the variety of idiomatical expressions and constructions which it contains,

---

a name which he gave to the town of Vadoogapet, in the district of Ariyaloor, and on the Madonna there he composed three Poems: Tirookāvaloor Kalambagam, Anneiyajoongal Andādi, and Adeikala Mālei.—The following are the most important of the remaining works of this author; which, with exceptions that will be noticed, are extant only in MS.

Kitēri Ammāl Ammānei, a poem. Vēdiyarojookkam, a work in prose; where, as the name implies, the duties of one who has devoted his life to religion are laid down. Vēda Vilakkam, also in prose; which, from the title (the light of the gospel), I presume to contain some doctrinal exposition of the Roman Catholic Faith. A Dictionary, Tamul and French; another Tamul and Portuguese; a third Tamul and Latin (see Note to page 67). Sadoor Agharādi, or the Four Dictionaries; a Tamul work relating to the higher dialect. Of philological works he has furnished Tonnool Vilakkam; a Tamul Grammar of the higher dialect, written in Latin. Of this I made a Translation in 1814; which, having become the property of the Madras Government, is now, as I learn, under course of publication at their College Press. The Clavis Humaniorum Tamulici Idiomatis; a second Grammatical Treatise in Latin, relating to the higher dialect. A Latin Grammar of the common dialect; which has been published at the College Press at Madras; and of which a faulty and vulgar translation has long been before the public.

Such were the literary labours of Beschi, and he was distinguished as much for his piety and benevolence as for his learning. To the conversion of idolators his principal efforts were of course directed, and they are said to have been uncommonly successful. Perfect master of Hindoo science, opinions and prejudices, he was eminently qualified to expose the fallacies of their doctrine, and the absurdities of their religious practices; and, accordingly, he is much extolled for the triumphs which he obtained, in those controversial disputations which are so frequent among the learned in India, and for the almost miraculous skill which he displayed, in solving various enigmatical questions which his adversaries propounded for his embarrassment.

It remains a subject of regret, that talents so rare, should have been devoted to

and the apparently studied manner in which a great number of words are brought together in so small a compass, seem to justify this supposition; but, whatever may have been its first design, if these advantages be considered, and we further add that the incidents, though by no means devoid of humour, occasionally somewhat coarse, yet owe no part of their interest to those immoral allusions so frequent in Hindoo compositions, it will, I think, be admitted, that it is not ill suited to the object to which it is here appropriated.

In the Translation, it has been my endeavour rather to adhere to the literal meaning of words, than to attempt, by indulging in latitude of expression, to give the force and spirit of the original. In languages so widely differing in idiom, as the Tamul and English, it became necessary to adopt decisively one or other of these methods of translation; and though I am aware, that where the sole aim is to convey the force and style of an Author, this is far from being accomplished by a servile adherence to his diction, yet where instruction is the object, and the interpretation

---

the promotion of a religion scarcely less replete with error, than that which it supplanted: but we may draw this practical conclusion from Beschi's success, that a thorough acquaintance with Hindoo learning and a ready compliance, in matters of indifference, with Hindoo customs, are powerful human means, to which the Jesuits owed much of their success, and which should not, as is too much the case, be despised by those who undertake the task of conversion in a better cause. Vīramāmooni continued to hold the office of Divan, in Trichinopoly, until the year 1740; when that city being besieged by the Mahratta army, under Morary Rao, and Chunda Saheb being taken prisoner, he contrived to effect his escape, and fled to the city of Gāyal Patanam, then belonging to the Dutch. He there remained, in the service of the church, until 1742, when he was carried off by an illness, the particulars of which are not stated. His name is still remembered in Gāyal Patanam, and masses continue to be offered up for the salvation of his soul, in that city and its neighbourhood.

is intended as a substitute for a living teacher, it appears to me that the student is best assisted, when every passage is rendered as closely as is consistent with clearness and grammatical accuracy.

To detail the various cases, in which diversity of idiom and the consequent deficiency of analogous expression have obliged me to have recourse to periphrasis, would be but to point out what will be sufficiently apparent on inspection. I may mention, however, that I have found it difficult, and sometimes impracticable, to represent in English the honorific forms which so conveniently and elegantly serve in Tamul to distinguish the relative rank of persons. Those who are conversant with Italian, will call to mind, that there are several gradations of respect which one individual may indicate, by his mode of addressing another. He may commence his dialogue with *tu*, or *voi*, or *ella*, or *vossignoria*, and yet it would be difficult in our language to find an exact equivalent for the value of these expressions. In Tamul these honorific distinctions are marked, as well in substantives, and even in verbs, as in pronouns,* and they are preserved not only in addressing another, but also in speaking of a third person.

The Vocabulary is intended to contain all the words which occur in the original Tale, and to give such meanings to each as are in use in the common dialect of the language. The motive for thus enlarging it was to supply the want of a dictionary, which in this country is not procurable, and thus to put the student in possession of the greatest quantity of information which could be derived from the perusal of a single book.

The most complicated rules of the Tamul accidence, and those which admit of the greatest number of exceptions, relate to the

---

* See an instance in Page 122 and the Note upon it.

formation of the past and future tenses of verbs; and, as is usually the case with grammatical anomalies, they, for the most part, occur in words of frequent use, and such as will be found in the Tale before us. I have, therefore, with a view to familiarize the student's eye to these, inserted after each verb the terminations, in the first person singular, of the past and future tenses. The parts of speech are likewise stated throughout; and, with the kind and liberal assistance of Mr. Charles Wilkins, I have been enabled to refer the derivations from the Sanskrit, to their originals in the Dēvanāgari character. The printed Dictionary in use in India, does not give any of these particulars, and, to that extent, I may venture to hope, that the Vocabulary here offered is better adapted to the use of a beginner.

Tamul Syntax, more especially that of the low dialect,* has not hitherto been considered in detail by grammatical writers; nor do the native teachers, many of whom are acquainted with English, offer any very satisfactory explanations on this subject to their English scholars. The idiom is highly elliptical, and there is therefore room for discussion with regard to the supply of what is understood; some striking peculiarities exist in the powers of verbal derivatives, and numerous are the constructions which bear no analogy to what we find in other languages.

An Analysis of the first Story has been attempted, but, for the reasons just stated, it can hardly be expected that in all cases the explanations offered will prove quite satisfactory and free

---

* In Mr. Ellis's translation of Tiroovalloovan Cooral, a collection of Moral Apophthegms, written in poetry, an analysis is given of the construction of each distich, by which the syntax of the higher dialect may be advantageously studied. The learned author did not live to complete this translation; but as 777 pages are already printed, it is to be hoped that this curious work will be carried on to its conclusion, by some one of the many Oriental Scholars now at Madras.

from objection. The method I have followed, has been to give a literal translation of each sentence, numbering the English words according to the Tamul order. I have then proceeded to parse the Tamul words in their natural arrangement, numbered consecutively to refer them to the English. This parsing embraces an explanation of the inflections which each word has undergone, the relation which it bears to the sentence in which it is placed, and the changes which, for the sake of euphony, take place in its initial and final letters.

This last branch of Tamul Grammar, is one to which I would particularly direct the attention of the Scholar; first, because, as the language is written without any division between the words, unless it be well understood, it is absolutely impossible to read with even tolerable fluency; secondly, because much stress is laid on it, as a point of education, among the more literary of the Natives; and, thirdly, because it will be found in some measure to illustrate the permutations which, in a minor degree, were in use among the Ancient Greeks. I may add another, and perhaps the most important reason for attaining a thorough knowledge of the changes of letters; namely, that they are not to be considered, in all cases, as merely conducing to harmony of sound, though this must have been their original, as it is their usual object: in many instances they serve the more essential purpose of marking a difference of sense in words, which, from their similarity, might otherwise be confounded.*

---

* Thus, the letters க, ச, த, ப, occurring at the commencement of a word, are respectively doubled after an infinitive mood possessing its usual powers; but if that infinitive be used in the sense of an imperative, those letters remain without augmentation. So likewise when those letters at the commencement of a word follow a noun in the nominative case, they remain single; but they are doubled if that noun be nominative in form, but genitive in signification. Lastly

Both in the Vocabulary and Analysis, constant reference is made to the Tamul Grammar, recently published by Mr. Anderson; a work which, by judiciously uniting all the information scattered through several grammatical treatises, has supplied a long-felt deficiency in the elementary part of the language. I have also made use of the printed Tamul Dictionary, and of two MS. Dictionaries in my possession, the one Tamul and French, and the other French and Tamul. To the latter works I am more especially indebted, for much of the matter contained in the Notes.

It remains for me to notice one or two particulars, with which it is fit my readers should be acquainted.

In Tamul, as in Sanskrit, all the vowels are represented in writing, except the first, which is considered to be *inherent*, as essential to the proper articulation of every consonant to which other vowels are not affixed. Still there is an ambiguity, because a consonant may be *dead*, as the Tamuls significantly express it, that is, without any following vowel.

The Natives themselves do not distinguish in writing these two cases, trusting to the context for a solution of all difficulty; and we need not doubt that this is sufficient to guide them, when we recollect, that throughout the Mahomedan languages, not one only,

---

to give an example from our own Tale, we find this clause in the Second Story. "ஏதோவந்துபொல்லாப்பெண்ண:" where we observe that the initial ப, of the word பொல்லாப்ப, remains single, and we hence conclude that the preceding word is the past participle வந்து, from the verb வருகிறது. If, on the contrary, the initial ப had been doubled, we should have known the preceding word to be the pronoun உந்து, and that the letter வ was introduced before it, with the force of the Greek *digamma*, that the hiatus occurring between the final vowel of the word ஏதோ, and the initial vowel of the word உந்து, might be avoided.

but all the short vowels are omitted, and it is only in elaborate works that the diacritical points are inserted to supply their place. Europeans, however, have felt the necessity for marking the difference between the *dead* and the *animated* consonant; and it has therefore been a practice among them to place a dot over quiescent consonants, where ambiguity was likely to arise, and to mark with a dash above, a consonant with the inherent vowel. This method is never more than partially pursued, and the double distinction is evidently unnecessary. Conceiving that, to a beginner, all cases must be equally ambiguous, I have, in the following Tale, marked the quiescent consonants throughout, in the manner just mentioned. One exception alone occurs, in the letter *(na)* ந, which is never marked as quiescent, and the reason is, that the fount of letter which I purchased did not contain the requisite character. It would have been easy to have had a new matrix cut, but of this circumstance I was not aware until a considerable portion of the work was printed; and then, for the sake of consistency, it appeared better to make no alteration. The Student will not find this deviation perplexing, for the letter ந is quiescent, only when in company with another ந (A. G. Sect. 22), or with its homogeneous *vallinam (ta)* த.

The larger type used for the heading of Chapters, does not contain any dotted letters.

The English orthography which I have employed in representing Tamul words, is the same as that used by Mr. Anderson, excepting only that the *double o* is made to correspond with his Italian *u*. My motive for preserving this difference was, that I might retain the *u*, both short and long, for the purpose of representing the sound which the vowels இ and ஈ have, when followed by certain consonants of the cerebral class.

What is here offered to the public, is intended as a proof,

trifling indeed, but probably the last which it will be in my power to offer, of the desire that I feel to render myself useful to a service, for which I entertain the most unfeigned regard, and which nothing but extreme ill health should have induced me to quit. The performance, small as it is, will I fear be found to fall far short of perfection in its execution. In those Oriental languages which have long attracted the attention of European philologists, the assistance derived from books of reference is full and satisfactory; in the Tamul language this is far from being the case, and as the present small work was begun and has been completed in England, no opportunity has been afforded of consulting living authorities.

I am however fully sensible that I could have no right to put forth any book, especially one of instruction, which I did not believe to be at least tolerably free from error; and the experience of several years' practice in the Tamul language, latterly much increased, by my duties as Assistant Translator to Government, has afforded me some ground for the expectation, that such faults as may exist will not be found either very numerous or important.

With greater confidence do I ask indulgence for the typographical errors. Mr. Anderson's Grammar and the present composition, may be considered as containing the first attempts which have been made to print Tamul in this country, and the compositor was of necessity wholly unacquainted with the language. When it is averred that no pains have been spared to render the text accurate, perhaps the best apology is offered for those faults which may remain, and I may say, in the words of the great Porson, "Quod si in hac re et similibus aliquoties aut meo aut typothetarum errore peccatum est, ignoscet æquus lector, secum reputans, quam facile et mentis et oculorum acies hujusmodi minutiis examinandis hebetetur."

In conlusion, I beg to offer my warmest acknowledgments to my friend Mr. Anderson. But for the hope of that Gentleman's kind co-operation, the present work would probably never have been undertaken; and had not that hope been amply fulfilled by the material assistance which he has throughout afforded, it would certainly never have been finished.

# ERRATA.

| | | | | | | |
|---|---|---|---|---|---|---|
| Page | 58 Line | 4 | *for* | meadows | *read* | belly |
| — | 59 — | 15 | — | conjurer | — | divine conjurer |
| — | 80 — | 7 | — | repast | — | supper |
| — | 135 — | 14 | — | ஜயஸஹர் | — | ஜயஹர் |
| — | 138 — | 20 | — | கடிவைக்கிறது | — | கட்டுவைக்கிறது |
| — | 139 — | 7, 8 | — | உருவாள் | — | உரிவாள் |
| — | 150 — | 3 | — | சம்பிரம் | — | சம்பிரம் |
| — | 151 — | 22 | — | சாத்உண | — | சாதஉண |
| — | 153 — | 8 | — | சிறது | — | சிறிது |
| — | 156 — | 19 | — | ஞாமுகம் | — | ஞாபகம் |
| — | 185 — | 9 | — | முண்தாசி | — | முண்டாசி |
| — | 118 — | 18 | *insert* | உரடாரம், *sub.* a tumult, a quarrel | | |
| — | 143 — | 23 | *insert* | கிளை, *sub.* a bough | | |

In Page 103, the sentence commencing "*This is a kind,*" is not correctly rendered. It should stand thus: "'This is a kind of Pōōjei peculiar to the deity of our caste: you will hereafter understand it well.' She added, as she was entering the house, in a low tone, as if talking to herself, 'It will be completed on your head.'"

# பரமார்த்தகுருவின்
# கதை
## முதலாவது
## ஆற்றைக்கடந்த
## கதை.

பரமார்த்தனென்றொருகுருவானவரிருந்தார். அவரேவனதுக்கூழியஞ்செய்ய மட்டியுமடையனும்பேதையுமிலேச்சனுமூடனுமென்றைவர்சீஷர்களாகவிருந்தார்கள். இவர்களாறுவருங்காணமையாகமற்றச்சீஷர்களைவசாரிக்கக்கிராமங்கள்வழிபோய்த்திரும்பிமடத்துக்குவருகையிலேயொருநாள்மூன்றாஞ்சாமநேரத்திலோராற்றங்கரைக்குச்சென்றார்கள்.

இந்தநதிகொடிதானகையால்விழித்திருக்கும்வேளையிற்கடக்கப்படாதென்றுகுருவானவர்மிலேச்சனையே ஆற்றினைத்தீரசோதிக்கவிட்டார். அதற்கிவன்புகையிலைச்சுருட்டிற்றீப்பற்றவைக்கக்கையிலேந்தினகொள்ளிக்கட்டையைக்கொண்டுபோயதை ஆற்றையண்டாதுதூரநின்றெட்டித்தண்ணீரிலேதோய்த்தான்.

தோய்த்தவுடன்றண்ணீர்சுறீரென்றுபு
கைந்தது கண்டுமிலேச்சனென்பவன்பத
றித்தவறிவிழுந்தோடி ஐயாவய்யாநதி
யைக்கடக்கவிப்போதறுவாயன்று அதுவி
ழித்திருந்துநான்தொட்டவுடனேநச்சுநாகம்
போலேசீறித்தீயெரிகோபத்திற்புகைந்
து பாய்ந்தென்னையெதிர்த்தவெகுளிக்கு
நானயர்ப்பிழைத்துத்தப்பினதேயதிசயந்
தானென்றான். அதுக்குக்குருவானவர்தே
வதிருவுளத்துக்குநாமென்னசெய்வோத்
சற்றுநேரங்காத்திருப்போமென்றனைட
யவிருண்டுநிழலைச்செய்துபடர்ந்தபூத்தசோ
லையிலுட்கார்ந்தார்கள். அங்கேபோ
ழுதுபோக்கவந்தநதியின்பலவிசேஷங்
களையவனவன்சொல்லிக்கொண்டுவருமள
வில்மடியென்பவன்சொன்னதாவது.

இந்தநதியின்குறாரமுந்தந்திரமும்பற்ப
லமுறையென்பாட்டன்சொல்லக்கேட்டிருக்
கிறேன். என்பாட்டன்வெகுவியாபாரி
யாக்கும். அவரொருநாளுப்புப்பொதி
யேற்றினவிரண்டுகழுதைகளைத்தானுந
தன்கூட்டாளியுமோட்டிக்கொண்டுநடுவாற்
றிலிறங்கிவருகையில்டைமட்டுமோடுகி
றகுளிர்ந்ததண்ணீரிலேகோடைநாளா
கக்கொள்ளச்சற்றிளைப்பாறத்தாங்க
ளுங்குளித்துக்கழுதைகளையுநிறுத்திக்கு
ளிப்பாட்டினார்கள்.

பின்பக்கரைக்குச்சென்றவிடத்திலுப்
பெல்லாத்தையுமாறுதின்றதுமல்லாம

ணன்றாய்த் தைத்திருந்த கோணிகைவா
யைச்சற்றுந்திறவாமலற்புதமாய்ப்பேல்
லாத்சோரிந்துவிட்டுத்திருடினதாகக்கண்
டார்கள். ஆ ஆ இந்தவுப்பைப்பிடுங்கிக்
கொண்டிருந்ததினாலேயல்லோ வெங்களை
யாறு விழுங்காமல் விட்டது மகாநன்மை
யென்றவர்கள்சந்தோஷப்பட்டார்களென்
றுமடி சொன்னான்.

உதற்குப் பேதையானவன் மற்றொரு செய்
தி துவக்கினான். இந்தவாற்றுக்குள்ளாவுபா
யதந்திரந்திருட்டுக்கள் மெத்தவென்னாலே
லே நடந்தது கேட்க. ஒரு நாய் திருடின
வாட்டுக்கறிக் கண்டத்தை வாயிலே கவ்
விக்கொண்டு நடுவாற்றிலே நீந்திப் போ
கையிற்கபடாகவாறு வேறொரு மாம்ஸத்
துண்டு தண்ணீரிலே காட்டினதாம். நாயோ
வென்றாலொரு கபடில்லாமற் கண்டது
பெரியதென்று தோன்றினதினாலே கவ்வி
யிருந்த துண்டத்தை விட்டுப் போயினதைக்
கவ்வவிழுந்தின போததுவுமிதுவும் போ
யிற்று நாயும் வெறுமனே யூரிற் சென்ற
தென்றான்.

இப்படிப் பேசிக்கொண்டிருக்கையிலெக்க
ரையிலிருந்தொரு குதிரைக்காரன் வரக்
கண்டார்கள். ஒரு சாண் தண்ணீர் மாத்தி
ரமாற்றிலோடிவருகிறதினாலவன் குதி
ரை மேனின்று சற்றுங் கூசாமற் சலசல
வென்றுகடுகிவந்தான். இதைக்கண்டிவர்
கள் ஐயையோ எங்கள் குருக்களுக்குங்

குதிரையிருந்தாலவரும்பவரையண்டிநாங்களும்பயமில்லாமலாற்றிலிறங்கலாமே எப்படியாகிலுமொருகுதிரைவாங்கவேணுமையாவென்றுமன்றாடத்துவக்கினார்கள். பரமார்த்தகுருவானவந்தச்செய்திமேலைக்குப்பேசுவோமென்றபொழுதுசாய்ந்தஸ்தமானநேரங்கிட்டினதினாலேதிரும்பவாற்றுநித்திரைசோதிக்கவனுப்பினார்.

அப்படியேயந்தக்கொள்ளிக்கட்டையைத்தானேமடையன்கொண்டுபோயுள்ளேதோய்த்துச்சோதிக்குமிடத்திலேயூன்றியவைந்ததினாலேசற்றுங்கிளம்பாததைக்கண்டுகளிகூர்ந்தோடிச்சமையச்சமையம்வாய்விடாதுசத்தப்படாதுசுறுக்காய்வாருங்கோள் ஆற்றுக்குநல்லசோத்தியநேரமாயிற்று இப்பொழுதச்சவுங்கூசவந்தேவையில்லையென்றான். இந்தநன்னுமையைமடையன்சொல்லக்கேட்டபிடவெல்லாருந்திடீரென்றெழுந்துகிமாவேண்பாரின்றியறுவெரும்பதலமாகவாற்றிலிறங்கினார்கள். காலாலடிபட்டவைகள்முதலாய்ச்சலிசலவென்னுஞ்சத்தமிடாதபடிக்குவைத்தவொவ்வோரடிக்குக்காலைத்தண்ணீர்மேலெடுத்துத்தூக்கியப்பாற்சேர்த்தூன்றித்துணுக்கெனநெஞ்சம்பதைக்கத்தாண்டித்தாண்டிநதியைக்கடந்துபோனார்கள்.

கரைசென்றேறினவுடனேபட்டசஞ்சலத்துக்களவாகமகிழ்ந்துதுள்ளிக்கொண்

டிருக்கிறபோது பிந்திநின்றொருவனொரு வன்றனைக் கூட்டாமல் மற்றவர்களை யெண்ணினான். எண்ணின இடத்திலைவர் மாத்திரங் கண்டதினால் அப்பாடாவப்பா டாவொருவனாற்றோடே போனானேயதோ ஐந்துபேர் மாத்திரம் நிற்கிறோமையா வென்றுபயமிட்டான். எல்லாரையும் வரி சையாய் நிறுத்தியிருமுறைமும்முறை குரு தானேகணக்குப்பார்க்கவெப்போதுந்தன் னைநீக்கிக் கணக்கேற்றின படியைவர் மாத்திரம் நிற்கிறோமென்றார். அப்படிய வனவன்றனை விட்டொழிந்தவர்களை மாத்திரங் கூட்டினதினாலொருத்தனையாறு விழுங்கினது தங்களுக்குள்ளே நிச்சயமா யிற்று.

அதுக்கவர்கள் கூகூவென்றலறிக்கோ வென்றழுது தம்முள்ளொருவனொருவ னைக்கட்டிக்கொண்டு நெஞ்சிற்றட்டுரந்தியேக றடியுங்கடிதே புலம்பியுங்கோடிதேலோ காத்தியந்தம் வணங்கிவாழ்த்திப் பணிந்து புகழப்படும் பரமார்த்தகுருவென்சீடனை யிழுங்கச்சற்றுமச்சாதேபோனாயோ அடாவ ணக்கத்தனை பெரியநேச்சோகருங்கறப்டு மகனே கொடுமைவெங்கைகட்டிறப்பெரியனை லோகத்திலாவாயோ இனிக்குனும்படனைலை யுருட்டிப்போவாயோ உன்னாற்றுமுழு தும்வெற்றிக்காய உன்னடிமைகளை லோகா னல்ப்பாய உன்னலைகளையக்கினமேய உன்வயதுழுன்றுவெறளா உன்பள்ளமுள்

ளாலேஸநீரம்ப இணீயரமின்றிக்குலுணம யின்றிநின்றவடைத்துணையாளமின்றிலே நதுகிடைக்கவேண்டார்கள்.

இப்படிபற்பலவனுசயுநதிப்டுங்ஙகநே ரீத்துவைரல்ழுறுக்கிப்பீதற்றிக்கொண்டி ருநதார்கள். ஆகிலும்பதறிணமிஉலச்சத் தனத்திஞலநநேரமட்டுநதங்கலுக்குள் ளாற்றேடேபோணவணீன்ஐனேன்றேரு வணறியவுமில்உலயவனேவனேன்றுவைசா ரிக்கவுமில்உல. வுத்தறுவாயிலேவழிப் போக்கனைகப்புத்திமாஞேருவன்சேன்றும ணதிரங்கி எனுதயாவேதுவநததுரிதமேன் ணசோல்லுங்கோளேன்றுகேட்டான். வுவர் கலுமோழுங்குபமநமநதனுதச்சோல்லவ வணீவர்கள்மிஉலச்சத்தனத்துதநன்றய்க் கண்டுகொண்டுமுன்னுணதேல்லாமாயற் றுநீங்கலோணக்கொத்தவேகுமாணத்துதச் சேய்வைர்களாஞலாற்றேடேபோணவ உணயங்கேயனுழப்பிக்கவேணக்குத்திராணீ யுண்டுவேகுவைத்துதபடித்தவனுக்குமேன் றன். வுதுக்குக்குருவாணவர்சநதோஉஷ் பட்டுநீயப்படிசேய்தால்வழிக்குனவத்தி ருநதநாற்பத்தஞ்சுபணமுமுணக்கேதரு வோமேன்றார்.

வுவனுங்னுகயிலேநதிணதடினுயயோங் கியதிலேயாக்குமிநதவைத்துதயோடியருக் குதுநீங்கள்நிஞரநிஞரயாயிருநதிநதத்த டியால்முதுகிலோரடிபமவேயவண வன்றன்பேயனுரச்சோல்லியேண்ணீக்

கொண்டுவநதாலறுவருமிங்கேவநதிருக்
கப்பண்ணுவேனென்றான். இப்படியவர்
களைநிறுத்திமுநதிமுநதிக்குருஷன்முது
கின்மேலேபலக்கவோரடிபோடவவரும்
வுப்பாடாநாண்றன்குருவேன்ன வுவனேன்
றென்றான். இவ்வாறிவனெல்லாரைய
மொருஷச்சுஷசவேயவர்களுநதங்கள்
பெயர்வேறுவேறாகவுச்சரிக்கவுங்கணக்கேழ்
றுவமாறுபெயரிலொருவனுங்குறையா
மல்நிற்கக்கண்டோத்துக்கொண்டார்கள்.
ஆகையாலதிசேயப்பட்டுவநததேவஷத்
தைக்காரனைமிகவும்ஸ்துதித்துச்சொன்ன
பணத்தைக்கொடுத்துவிட்டுப்போனார்கள்.

# இரண்டாவதுகுதிரை
# முட்டைவாங்கின
# கதை.

பரமார்த்தகுருவுமந்தசீஷர்க்களும மடத்துக்குச்சேன்றபின்பு ஆற்றிலேதாங்கள் பட்டவெதிணயச்சொல்லித்திரிந்தார்கள்.

அதிலேமடத்தைப்பெருக்கிக்கொண்டிருந்தவொருகண்குருட்டுக்கிழவனந்தந்தெல்லாத்தையும்விபரமாய்க்கேட்டுநீங்களுங்களையெண்ணிக்கணக்கேற்றினவகையிலேமோசம்வந்ததென்றிருக்கிறேன்தன்னையாகிலும்வேறொருவனையென்கிலுந்தப்பவிட்டெண்ணினாற்கணக்குத்தப்பும். ஆகிலும்வேறேசனமையம்வந்தாலிப்படிப்பமோசம்வாராதபடிக்குபாயநானேசொல்லித்தருகிறேன். காட்டிலேகிடக்குஞ்சாணங்கிபொறுக்கிக்கூட்டியொப்பரவாகத்தட்டியெல்லாருத்துமூவொருந்துணிமூக்குச்சாணத்திற்பதக்குனிந்துமுக்கினதின்பிறகுசாணியிற்பட்டகுழிகளையெண்ணவேகணக்குத்தப்பாமலேத்தனைபேரென்றறியலாமே. அப்படியே அறுபதேமுப்பதுவருஷத்துக்குமுன்னேபத்துப்பெண்டுகள்கூடினவைமத்

தில்நாங்கள்கணக்கேற்றினவகையதாக்குமென்றான்.

இதுநல்லவுபாயந்தானேபணத்துக்குச்சிலவில்லையொருத்தனுக்குந்தோன்றுதே போயிற்று. ஆகிலுமெல்லாக்காரியத்துக்குமொருகுதிரைவாங்கினாலுத்தமம். ஐயா வெப்படியாகிலுமுமக்குக்குதிரைசம்பாதிக்கவேணுமென்றுசகலருஞ்சொல்லக்குதிரைவிலையெவ்வளவாயிருக்குமென்றுகுருவும்விசாரித்தார். விசாரிக்குமிடத்தில்நாறுபொன் ஐம்பதுபொன்னிற்குறையாதென்றுகேட்டினாலேயம்மாத்திரத்துக்கவகாசமில்லையென்றுகுருவானவர்சாதித்தார்.

இவ்வாறிவர்கள்பலநாளுமாலோசனைசெய்துகொண்டிருக்கையிலேமேயவிட்டகறவைப்பசுவொருநாட்பொழுதுசாயும்வேளையில்வீட்டுக்குவாராததைக்கண்டூரிலேங்குந்தேடினார்கள். தேடினவிடத்திலுமகப்படாததினால்மறுநாள்மட்டியென்பவன்சுற்றுக்கிராமங்களிலேதேடப்போனான்.

எங்குங்காணாமல்மூன்றுநாள்வந்துமடத்துக்குச்சென்றவிடத்திலே அய்யாபசுவைக்காணேன் ஆகிலும்பாரமல்லக்கொஞ்சவிலையாய்நமக்குக்குதிரையகப்பட்டதென்றுசந்தோஷமாய்ச்சொன்னான். அதெப்படியென்றாசையோடேகுருவுங்கேட்கப்போனகறவையைத்தேடவூருக்கூர்காட்டுக்குக்

காடுகோல்லைக்குக்கோல்லைபோயேல்லாஞ்சோதித்துவருகையிலோருபேரியவேளியண்கரைச்சார்விலேநாலைநதுகோளிகைக்குதிரைகள்மேயவுங்கிடக்கவுங்கண்டேன். போகப்போகவருகேசென்றவிடத்திலேங்குமிருகையினாற்றழுவப்படாதகுதிரைமுட்டைகளைக்கண்டு அதில்வநதவோருவனைக்கேட்கவதுகள்குதிரைமுட்டைதானேன்றுமோவ்வோன்றுக்குநாலைநதுபோன்மாத்திரம்விலையாமேன்றுமவனேனக்குச்சோன்னான். அய்யாவிதுநல்லசமையத்சுலபமாய்ச்சாதிக்குதிரைவரும்நாமேப்படிவளர்த்தோமோவேப்படிபடிப்பித்தோமோவப்படியேளிதாகுமேன்றுமட்டியேன்கிறவன்சோன்னான். எல்லாருக்குமிதுவேசம்மதியாகியவனோடேமடையனேன்றவனைக்கூட்டிக்கையிலைநதுபோன்கோடுத்துடனேபயணப்படுத்தியனுப்பினார்கள்.

சோன்னதன்மைக்குமட்டியுமடையனுங்குதிரைமுட்டைவாங்கப்புறப்பட்டுப்போனபிற்பாடுமூடனேன்பவனோருசநதேகத்தைக்கோண்டுவநதுவிட்டான். நல்லசாதித்துரகதமுட்டைவருமேன்றுவைத்துக்கோள்ளுங்கோள்வநதாலுமடைகாத்தபிற்பாடல்லோபோரிக்கும். ஆகிலுமதையாரடைகாக்கிறதப்பாவறியேன். இருகையால்த்தழுவப்படாதேன்றனேபத்துக்கோழிகளைக்கூடவைத்தாலும்பத்தவு

மாட்டாதுநிற்கவுமாட்டாது அப்புறமிதுக்குப்
போம்வழிசொல்லுங்கோளென்றான்.

என்றதைக்கேட்டபேரெல்லாரும்வெதிவிழுப்
பாடமாயொருவனொருவனைப்பார்த்துக்
கொண்டுவாய்விடாமற்பேசாதிருந்தார்
கள். அனேகநேரம்போனபிற்பாடுகுருவா
னவர்தானேநமக்குள்ளேயொருவனுடை
காத்தாலொழியவேறேவழிகாணேனென்
றுதனித்தனியேநின்றமுவனரயுங்கேட்க
அவனவன்போக்குச்சொன்னான். இவன்றி
னந்தினநானே ஆற்றிலேபோய்வேண்டி
யதீர்த்தமெல்லாங்கொண்டுவரவுங்காட்டி
லேபோய்வேண்டியவேரிகரும்புசம்பா
தித்துக்கொடுக்கவுமெனக்குத்தியோகமா
கக்கொள்ளவனுடைகாக்கக்கூடுமோவென்
றான். அவனேவென்றிராவும்பகலுமா
கப்பின்வாங்காமல்மடைப்பள்ளியிலேநா
னேகிடந்துபத்துப்பேருக்குச்சோறாக்கவு
நானாவிதக்கறிகளைச்சமைக்கவும்விநோத
மானபணியாரமுண்டுபண்ணவும்வெந
நீர்காய்ச்சவுமடுப்பண்டையிலேசாகிறதல்
லோபிறகனுடைகாக்கிறதென்னலாகுமோ
வென்றுசொன்னான். மற்றொருவன்விடி
யாமுன்னேநாற்றுக்குப்போய்த்தந்தா
வனம்பண்ணிவாய்கொப்பளித்துமுகங்
கழுவிக்கைகால்சுத்திசெய்துமுறையோ
மெல்லாவனுஷ்டானங்களையுமுகித்தபின்
பூங்காவனங்கள்பலவுந்திரிந்துபுதுவ
ரும்புகளைத்தெரிந்தெடுத்துப்பூச்சியமாயங்

கே கோண்டுவநதுநேடுஞ்சரங்களைத்தோ
டுத்துப்பலவிக்கிறகங்களிலேயற்சனை
யோடேசாத்தித்தேவபூசைக்குநித்தியமேயு
தவிசேய்வதேன்பாரிசமல்லோவித்தோ
டடையற்கிடக்கலாமோவேன்றான்.

அதுக்குக்குருவானவரிதேல்லாமுள்ளா
துதானே போனமற்றாண்டுபேர்களா
லேயுமாகாதே. ஒருத்தன்வருகிறவர்கள்
போகிறவர்களைவிசாரிக்கவுமவர்கள்
சோல்லுமுத்தரத்துக்குமறுவுத்தரங்கோ
டுக்கவுங்கோண்டுவநதுவிடும்வழக்குக்
கேட்டுத்தீர்க்கவுமுகியாதவேளையாயிருக்
கிறேன். கடைசியிலேமடியேன்பவனேதுக்
காலுமேவினசமையத்துக்கேல்லாங்க
டைசநதைபேட்டைக்குப்போறவனல்லோ.
ஆகையால்நீங்களடிக்கடிவேண்டியவூ
ழியத்துக்குத்திரியவேணுமுள்ளாதுதானே
நானுனலங்கேசும்மாவல்லோவிருக்கி
றேன். அநதமுட்டையைமடியிலேவைத்
துக்கோண்டுகையாலேதழுவிப்போர்வை
யாலேமுடிமார்போடணைத்தேயன்போ
டுபேணியடைகாப்பேன். இதினாபோரித்
தாலேபோதும்படத்தகும்பிறையாசம்
பார்க்கவேண்ணுதேன்றார்.

இநதவாலோசனையேல்லாமடத்திலேந
டக்கும்போதுமுன்றத்சாமத்துச்சநதிரோ
தையத்தோடுபுறப்பட்டமடியுமடையனுமி
ரண்டரைக்காதவழிக்கப்பால்முன்கண்டு
குறித்தவடையாளத்துக்குப்போய்ச்சாம்

பற்பூசணிக்காய்த்திரளாய்க்காய்த்துக்கி டந்தவேரியன்கரைக்குச்சென்றார்கள்.

அதைக்கண்டுமிகவுங்களிகூர்ந்துகாத்தி ருந்தகுடியானவன்கிட்டப்போயந்தக்குதி ரைமுட்டைகளிலேங்களுக்கொருமுட்டை யவசியமாய்த்தரவேணுமப்பாவென்று கேட்சினார்கள். அவனுமிவர்கள்பேதை மைகண்டுகொண்டு ஓ ஓவிந்தவுத்தமசாதிக் குதிரைமுட்டையைநீங்கள்வாங்கத்தக்க வர்களோவெகுவிலைபெற்றதாக்குமென் றுவென்சொல்லப்போமய்யாவிதுக்கைந் துபொன்தானுள்ளவிலையென்றுநாங்க ளறியோமோவிதோவைந்துபொன்னை யும்வாங்கிக்கொண்டுநல்லமுட்டையைத் தாருமப்பாவென்றார்கள். அதற்கவனீங் கள்நல்லகிரேஸ்தர்தானேயுங்கள்கு ணத்தைப்பற்றியந்தவிலைக்குக்கொடுக்கச் சம்மதிக்கிறேன். ஆகையாலுங்களுக்கொ ருமுட்டைச்சரிப்போனதைத்தெரிந்துகொண் டுபோங்கோள். ஆனாலந்தமலிவோடே வாங்கினதாகப்புறத்தியலேவெளிவிடா தேயுங்கோளென்றான். அவர்களிருவரு மெல்லாத்திலும்பெரியதொருகாயைத் தெரிந்தெடுத்துமறுநாளாதிகாலமேபளப ளவென்றுவிடியும்பொழுதெழுந்துபுறப் பட்டார்கள்.

மட்டிதலைமேற்பதலமாய்முட்டையையே டுத்தேற்றிமற்றொருவன்முன்னேவழிகாட் டிக்கொண்டுபோகையில்மட்டிசொல்லத்

துடங்கினன் ஆ வறுன்னேர்கள் சொன்
னது

"தவத்செய்வார்தங்கருமத்செய்வார்"

இதுக்கத்தாங்சியப்போகண்ணுலேகண்டோம். நம்முறையகுருக்கள்பண்ணிக்கொண்டுவருகிறதவத்தின்பலனிதுவேசாதிக்குதிரைநாறுபோன்நாற்றைறம்பதுபோன்பேறத்தக்கதுநானுமநதுபோன்னுக்குவாங்கிக்கொண்டுபோகிறேமேயென்றன். வதுக்குமனையனிதிலேயாலோசனையோ

"வறத்தால்வருவதேயன்பமற்றேல்லாம்
புறத்தபுகழுமில"

வென்றதுநீகேம்கவேல்ஊயோ. உலாதியமாத்திரமல்லப்புண்ணியத்திஹலன்பம்வருமோழியமற்றதேல்லாநதுன்பமுமவுபகீர்த்தியுமாகும். என்தோப்பஞர்நேடுநால்வேகுபுண்ணியங்கஊச்செய்தல்லோநான்பிறநதபலஊயுமகிழ்ச்சியையுங்கண்டாரேன்றுமனையன்சொன்றன். வதுக்கிவனிதிலேசநதேகமோ "ஆமணக்குவைறரத்தால் ஆச்சாமுஊக்குமோ" நல்வைஊக்குநன்மைவருநதிவைஊக்குத்தீய்மைவருமேன்றன்.

இப்படியேபேசிக்கோண்டுவேகுதூரநடநதபின்புசாய்நதுதோங்கினமரத்தின்கோப்புக்குறுக்கேபட்டுவைழுத்தாடினமூசிணிக்காய்கிழேகோத்துக்கோத்தாய்ப்பபர்நதசே

டியன் பேரில்வைனைசப்பமவைறுநதுதகர்ந
துனைமநதது.

வுப்போதநதப்பூண்டிலேபதுங்கியருநத
றுசலதிர்நதேறுநதோடிப்போயற்று.
இதோகூடிலிருநதகுதினைரமற்யோடுதேன்
றபயமிடிருவருமனைதப்பம்றிப்பிடிக்கத்
தோமர்நதார்கள். மேடும்பள்ளமுங்கா
டும்வெளியும்பாராமலோமவெயுடுத்தசீ
ளைகள்றும்செடியிலேமாடிக்கிழிநததுபா
திபடிபட்டுபாதிமிதித்தகப்னைமச்சனைத
னையக்கிறத்னைதத்தறுள்ளாலிரத்தம்பாய
உமம்பெல்லாம்வேர்னைவவடியநேர்சு
பனைதக்கவைருகாதனைமக்கவைளாத்திளாத்தி
னைரக்கக்குமலேதேறிக்கவோடியோடினை
றுசம்பிடிபமாமலிருவருநதவைத்துத்த
னைகத்துவைறுநதார்கள். இதுக்குள்ளாக
றுசல்போய்க்கண்ணிலேசநதியாமலோ
ளித்துவேகுதாரமோடிப்போயற்று. வுவர்
கலுமிளாப்புப்பாராமலேறுநதுறுள்
ளுக்கல்லுக்கப்னைமகளாலேகாயப்பட்
கால்நோண்டிநெண்டியங்கங்கேதேடிச்
சலித்துப்போயன்னைறக்கேல்லாம்பசியும்
பிணியுங்கிமநதஸ்த்தமித்தபிண்புமமத்
திற்சேன்றார்கள்.

மமத்துவாசலில்நுனைழயும்போது வப்
பாமாவப்பமாவேன்றுதங்கள்வாயலே
யனைறநதுகோண்டுகிழேயடித்துவைறுந
தார்கள். எதோவேதோவநதபோல்
லாட்பேன்னவேன்றுமற்றவர்கள்வநது

ணுகதூக்கியெடுத்துக்கேட்கநடநதவற்தமா
னமெல்லாமிருவரும்வெபாரமாய்ச்சொன்
னபிற்பாடுமடியேன்பவன்சொன்னான்.
உய்யாநான்பிறநதநாட்டொன்றியோருக்
காலுமித்தனவேகக்குதிரையைக்காணேன்.
கறுப்புப்பாய்நதசாம்பணிறமாய்நிலத்
திலேயும்பெருமத்திலேயுஞ்சலோத்தருப
மாய் ஒருமுழநீளமாயின்னங்கூடில்க்கி
டநதமறியானாலுமிருசெவெவெனறத்துக்
கொண்டிருவெரற்கணுடநீளத்தேறவாலை
யுநதூக்கிநிலத்திலேநெஞ்சுபடநாலுகால்
வெரித்துநீடியோடினசுறுக்கும்வேகமுஞ்
சொல்லவுங்கருதவுங்கூடாதென்றான்.

அதுக்கெல்லாருமங்கலாய்த்திருக்கக்கு
வானவரவர்களையமத்தி ஐநதுபோன்
போனதுல்லாதுதானேயாகிலுங்குதிரை
மறியும்போனதுதாவளா. மறியாயிருக்க
வெப்படியோடம்பிடித்ததிணமேற்பஞ்சா
ரமாகிறபோததின்மேலாரிருக்கப்போ
கிறார்கள். நான்கிழவனுக்குமநதவற்கக்கு
திரைசும்மாயிலவசமாய்த்தநதாலுமே
னக்குவேண்டாமப்பாவென்றார்.

# மூன்றாவது

# வாடகைமாட்டேறிப்

# பயணம்போன

# கதை.

பலநாளாயிருந்தபின்பு தூரப்பயணத்துக்கவசரம்வந்தது. அந்தவூர்தூரங் காலுநடையாகப்போகக்கூடாதென்றொரு மோழைமாடுவாடகைக்கமர்த்திக்கொண்டுவந்தார்கள். அதின்வாடகைக்குநித்த மூன்றுபணங்கொடுக்கத்தீர்ந்தது. பலவெலு வலஞலேவெட்டிந்ததின்மேலொருசாமங் கழிந்தபின்பயணமாய்ப்புறப்பட்டுப்போனார்கள்.

கோடைவெயிற்காலமாகக்கொள்ளாந மக்கநமக்கச்சுள்ளுச்சுள்ளென வெயிலு மெறிக்கவொருமரமுஞ்செடியுங்கிடையா மலுமொருமடுவுநிழலுமில்லாமலும் வெட்டவெளியிலகப்பட்டார்கள். அப்படிப்போகப்போகக்கொடுமவெயிலகோ ரத்துக்கப்பொறாமல்பட்சங்கிறரத்தண்டு போலேனிழுக்குருக்கள்துவண்டுமாட்டினின் றுங்கீழேவிழுந்திருந்தார். அதைக்கண்டுசீ

உழர்களாவனரையெடுத்திறக்கியொருநிழ
லில்லாறமையால்நிறுத்தினமாட்டினிழ
லிற்கிடத்திச்சிஉஸயால்வைசிறிக்கொண்டி
ருந்தார்கள். அவருக்கிதிலேவெகுவாறு
தலானதின்பிறகுவந்தகாற்றுவைசமிளா
வுமாட்டின்மேலேறிமெள்ளமெள்ளப்
போய்ப்போழுதுசாய்ந்துபோகாமுன்னே
யொருசிற்றூரிற்சேன்றிறங்கினார்கள்.

அங்கேசிறியதோருநனைகூடத்தினுனுழந்
தவுடனேமாட்டுக்காரனுக்குமுன்றுபணங்
கோடுத்ததுக்கவன்போராதேன்றான். இதே
துமுன்னுன்னேடேபோருந்தினவற்னுறக்
கூலியதுதானல்லோவென்றவர்கள்
சொல்லவவன்மறுத்துச்சோல்லுவான்
மாடுவாகனமாகவுதவைனதுக்கிந்தக்கூலி
போருந்தினதுசரியேயின்புநடுவழியலேன்
மாடுவேயிலுக்குக்குனையாகவுதவைனதுக்
குக்கூலிதேனுவயில்உஸயோவென்றுகூட்டி
டவத்தாயமிதேன்றவர்கள்சினந்தே
திர்க்கவெகுசண்னைபற்றிக்கோண்டார
பாரமித்சினதிறலூராரேல்லாருமதி
ர்ந்தாணும்பேண்ணுத்சகலருமாகவந்து
மோய்த்தார்கள். அதிலேதாயக்காரனேன்
றோருபனையாச்சிசந்தடினையமத்தியரு
வனுகவழக்குங்கேட்டுநான்சோல்லுந்தீர்ப்
புக்குள்ளாவைர்களோவென்றுசம்மதி
கேட்டின்புசோல்லுவான்.

நான்தானேருநாலூருக்குப்போனைகயி
லோரிராத்திரிபேரியதோருவைடுதியலே

தங்கினேன். அங்கே வந்தவர்க்கிடமுமன்றிச் சாப்பிட வேண்டுவதெல்லாம் விலைக்குக் கொடுப்பார்கள். ஆகிலும் நானெனக்குச் சிலவுக்கவகாசமில்லாததினாலொன்றுந் தேவையில்லையென்றேன். அப்போதன்று வந்தவர்களுக்கோராட்டுப் பெருந்தொடையையிருப்புச் சலாக்கையிற் கோர்த்துத் தணல்மேற் சுழற்றிச் சுடுகிறார்கள். அது வெகு புகைந்து விடும் வாசனையுமெத்தப் பரிமளமாயிருந்தது நான் கொண்டு வந்த கட்டிச் சாதமிந்த மணத்தோடே சாப்பிடுகிறது நல்லதென்றதைச் சற்று நேரஞ் சுழற்றிக் கொண்டிருக்கவுத் தாரங் கேட்டேன். அப்படியே சாதத்தையந்தப் புகைமேற் பிடித்தொரு கையாலதைச் சுழற்றி மற்றொரு கையாலந்த வாசனைக்கின்பமாய்ச் சாப்பிட்டுக் கொண்டேன்.

பிறகு போக வேணுமென்றிருக்கையிலே விடுதிக்காரன் நான் வாசனை நுகர்ந்ததுக்குக் கூலி கேட்டான். அவன் கேட்க நான் அநியாயமென்று நாங்களிருவரும் வழக்கிட்டுப் பேச வந்த ஊரதிகாரனண்டைக்குப் போனோம். அவனே மகா சாஸ்திரி வெகு புத்திமான் மெத்தச் சமர்த்தன் மிகவும் நீதியாய் நடந்தவன் அவன் பண்ணின தீர்மானங் கேட்கக் கறி தின்றவன் விலைப் பணமுங் கறியிடு மணமுகர்ந்ததுக்கு விலைப் பணத்தின் மணமுமாமே. இதுதான் தீர்ப்பென்று விடுதிக்காரனையருகேயழைத்துப் பணநிறைந்த பை

ணுயயவன்றுக்கிலேயறுநதவஹாரத்துத்தேய்த்
தான். வுவனுறுக்குப்போகுறதறுயயோ
வநதகூலிபோருமென்றன். கேட்டீர்க
ளோரவைதுவேதாயமிதுவேநிதியல்லோ
வைநதத்திர்ஞவதாணுங்கலருக்குமாமேஹி
வநததுக்குக்கூலிப்பணறுமாடிணிழுலில
ருநததுக்குக்கூலிபணநிழுலும்போதும்.

வூகிலுமிப்போதஃஸ்தமித்ததிறைல்மாட்
டுநிழற்கூலிக்குப்பணச்சத்தமோத்துக்
கோண்டவஊனச்சிக்கேணப்பிடித்துப்ப
ணப்றுபறுயக்காதிலேயடித்தடித்துக்
கேட்டாயோவென்றன். வுவனுமாறுமயா
வாறுமயாகேட்டேன்கூடக்கேட்டேன்கா
துநோகுதுபோருங்கூலிபோருமப்பாவென்
றன். குருவறுன்பாடனக்குப்போருமிந
தச்சத்சலமேணக்காகாதுநீயுன்மாப்றுடக்
கோண்டுபோவைணிப்பயணங்கோத்சங்கா
லமேமேள்ளமேள்ளநடநதுபோகிறே
னென்றவஊனப்போகச்சோன்ஹர். வழுக்கு
நன்றய்த்திர்த்ததாயக்காரஊணமிகவும்புகழ்
நதுவாழ்த்தியாசீர்வதித்தனுப்பிஹர்.

# நாலாவது

# குதிரைபிடிக்கத

# தாண்டிவிட்ட

# கதை.

---

மறுநாட்குருவுஞ்சீஷருஞ்வேறூருக்குப்பயணந்துகோழிகூவினவுடனேயாயத்தஞ்செய்துபுறப்பட்டார்கள். அவர்நடந்துமையாய்ப்போறதிலேயன்னங்காதவழிமுகியாமுன்னேவேலேறினதுக்கண்டொருகுளத்தோரமாயிறங்கினார்கள். அங்கேயவட்பாறிக்கொண்டிருக்குகையிலேமிஷச்சனென்பவன்வேளிக்குட்போய்ச்சமீபமாயிருந்தவேரியிற்காலகழுவப்போனான்.

கரையின்பேரிலோர் ஐயனார்கோவிலிருந்ததிலேநவமாய்மண்ணாற்சுட்டபெரியதொருகுதிரைநேற்றிக்கடனக்கொண்டுவந்துவைத்திருந்தது. ஏரிநிறைந்தந்தண்ணீராகவந்தண்ணீர்தெளிந்ததாகவமிருப்பதினாலந்தமண்குதிரையணிழலேரியில்மிஷச்சன்கண்டுதண்ணீர்க்குள்குதிரைநிற்கிறதென்றெண்ணிச்செயட்பட்டுக்கரையணின்று

மண்குதிரைக்கோத்தநிறம்பெருமழையாத்
சாயலென்று கண்டதினாலதின்மேலாக்குந
தண்ணீரிலேதோன்றினதென்றுசுனைகவந
தது.

வந்தாலும்போதடித்தகாற்றினாலே
தண்ணீரசைந்தசையவதிலேதோன்றினகு
திரையுமசைந்திருக்கக்கரைமேற்குதிரைக்
காட்டமொன்றில்லாதிருக்கக்கண்டுநீருக்
குதிரைவேறென்றுமுயிருள்ளதென்றுநிச்
சயித்தான். பின்னையுமவனதையோட்டி
னாற்போலேகூட்டிப்பிட்டுக்கல்லினாலேறிந
தான். அந்தோபெத்தண்ணீரதிகமாயிருக்கக்
குதிரையுந்தலையெடுக்கவுங்காலுனைக்கவு
முடம்பெல்லாம்பனைத்துத்துள்ளவழியவ
னுக்குத்தோன்றினதினாலத்தீமற்றவர்க
ளிடத்திலேயோடிவந்துகண்டதெல்லாஞ்
சொன்னான்.

இதுக்கெல்லாருநகைத்தேனவெறுந்தோ
டிச்சுற்றிப்பார்க்கமிகச்சன்சொன்ன
துமெய்யென்றுகண்டுகொண்டார்கள்.
இனியதனைப்பற்றும்படிக்காலோசனை
செய்துகொண்டுதண்ணீரிலிறங்கிப்பிடிக்
கவோருவருத்தம்மதியாததினாலவனவன்
றெனத்தபலவனைகமறுத்துநீக்கித்தூண்டில்
வெட்டுமீன்பிடிக்கிறப்போலேயதையும்பி
டித்துக்கரைமேலிழுக்கிறதுநல்லவுபாய
மென்றதிலேநிச்சயங்கொண்டார்கள்.

தூண்டிலாகவொருவன்வைத்திருந்தக
ருக்கரிவாளுமதுக்கிரையாகக்கோண்டுவந

து கட்டிச்சாதமுந் தூண்டிற்கயறுகக்குரு கட்டியிருந்தத் தலைப்பாகுமெடுத்துக்கொண்டாயித்தம் பண்ணினார்கள். இத்தன்மையே சாதத்துக்குள்ளே கருக்கரிவாளை வைத்துத் தலைப்பாகோடே கட்டிக் குதிரை காண்கின்ற விடத்திலெறிந்தார்கள். அது தொப்பென்று விழுந்த விசையோடு தண்ணீர் மிகவுந் தளம்பினதினாலங்கே தோன்றின குதிரையுந் துள்ளி நெளிந்து குதிக்கக் கண்டது போலே தோன்றினதினாலெல்லாரும் பயந்தோடினார்கள்.

முண்டாசியைப் பிடித்திருந்த வொருவனதைக் கைவிடாமற் பிடித்து நின்றான் குளத்தலையமர்ந்த பின்பு மெள்ள மெள்ள வெறுகிவிட்ட கட்டிச்சாதமசைத்தசைக்கக் குளத்துப் பெரிய மீன்கள் சீலையைக் கடித்திழுத்த சாடையைக் கண்டு கைச்சயிக்கிளையால் மற்றவர்களையழைத்துக் குதிரையிதோ வரையைக் கடிக்குதென்றான். சற்று நேரம் போனபிற்பாடு தலைப்பாகையையிழுக்கச் சீலையுஞ் சாதமும் போனதினால்ப் பாகோடே கட்டின கருக்கரிவாளானது கீழே படர்ந்திருந்த பெருங்கொடியிலே மாட்டிக்கொண்டது குதிரையின் வாயில் தூண்டில் மாட்டின போதே குதிரை நம்முதென்று சந்தோஷமாய்க் கூப்பிட வெல்லாருங் கூடித் தலைப்பாகையையிழுக்க வெகு பழையதாகையாலற்றுப்போக வொருமிக்க வெல்லாருமல்லாக்காக விழுந்தார்கள்.

இப்படியவர்கள்வெழுந்தறுபோயலோருகிறேஸ்துன்வந்திதேதென்று கேட்கவெல்லாத்தையுமொழுங்குட்டச்சொன்னார்கள். அதுக்கிவனிந்தமிலேச்சத்தனத்தைக்கண்டுகறாமேலிருந்தமண்குதிறையைச்சூயாலேமறுக்கநிருப்குதிறையுமறுந்துகாட்டியந்தமயக்கத்தைநீக்கினான்.

அப்போதவர்கள்குருவைக்காட்டித்தளர்ந்தவயதானாகையாலவசியமாய்வேண்டினகுதிறைகொள்ளட்டபணமில்லாததினாலேயதின்றுப்பைவாங்கினதுமதுசேதமாய்ப்போனதும்வாமனகமாடுநிமித்தமாகச்சத்சலம்வந்ததும்வைபரமாயெல்லாமவனுக்குச்சொன்னார்கள். இவர்களைக்கபடறியாதநல்லமனிதரென்றுகண்டுமனதிரங்கியெனக்கொருநொண்டிக்குதிறையுண்டுகிழந்தானே. ஆகிலுமுங்கள்வறுகட்டபயணத்துக்குதவம அதுக்குட்பணங்காசுதேறுவயல்உலயலவசமாய்த்தருகிறேனென்னாருக்குவாருங்கோளென்றுறழைத்துக்கொண்டுபோனான்.

# ஐந்தாவது

# குதிரைமேனின்று

# உள்ளேக்குப்போன

# கதை.

சொன்னதன்னைமயேயநதச்சீமான வர்களைச்சமீபத்திலிருநததன்னாருக்க னழைத்துக்கொண்டுபோனான். அவன்தீரவே யவானல்லவேனழதான் ஆகிலுநதம் மிஉஷ்டன் அப்படியேராப்போசனத்தை நெய்பால்தயிர்குறையில்லாமல்விசாரித் து வெற்றிலைபாக்குப்புகையிலைவேண்டு வதெல்லாஞ்சம்பிரமாய்க்கொடுத்தான்.

மறுநாட்காலமேயவன்வெளியில்மெய் நததுகுதிரையையழைப்பித்துக்குருவின்றன் பாகக்கொண்டுபோய்விட்டுக்காணிக்கை யாகக்கொடுத்தான். குதிரையவயதுசென் றதுமல்லாமலொருகண்குருடுமொருகாது மூளியுமுன்காலிலொருகானொண்டியும் டன்கால்முடிக்காலுமாகத்தவருபமாக வநதக்குருவுக்கொத்தவாகனமாய்நின் றது. இப்படியாகிலுங்குதிரைவநததென் றுமிலவசமாயகப்பட்டதென்றுமெல்லா

ருமிகவுமகிழ்நததார்கள். சூழவநதவணி
னைத்தபேவவுமவன்காலைப்பிடித்துமு
றுக்கவுமோருவன்வாலைப்பிடித்திழுக்க
வுமற்றேருவன்கண்ணைத்துறைக்கவும்
வேறேருத்தன்பசும்புல்லைவாயிலிட்டு
மேய்க்கவுமனைதப்பேணிக்கொண்டிருந
தார்கள்.

அதுக்குமேல்க்குதிரைமுஸ்திப்புத்தேடி
னவைபத்திற்குதிரைகொடுத்தவன்பிற
லாயிருநதவோருப்பூத்சேணத்தைக்கொடுத்
தான் ஆகிலுமதிலேவாலின்கீழேமாட்டப்
படும்பின்றட்டுவாரில்லாததினாற்பாலைக்
கோடிகளைத்திரித்துக்கட்டினார்கள். அப்
படிகடிவாளத்துக்குவாரில்லாமை
யாற்பழுதையைமுடிநதுவைத்தார்கள்.
தங்கப்பட்டையுமிறுக்குவாருஞ்சம்பாதிக்
கிறதிலேவேகுபிரயாசப்பட்டபிற்பாடுகிடை
யாமற்சமீபத்திலிருநதபேட்டைக்குமட்டி
போயவ்வைரண்டுநதாட்பிணிவாரும்வாங்
கிக்கொண்டுவநதான்.

இத்தன்மையேமுஸ்திப்பேல்லாமான
பின்புசோதிரிஉடமுறையற்சூலநாள்வைல
கயோகமுகிர்த்தமிட்டநேரத்திலேரேல்
லாம்வநதுகூடிக்குரைவயிட்டுவாழ்த்திப்
பரமார்த்தகுருவைமுதல்முறைறகுதிரைமே
லேற்றிவைத்தார்கள். அப்போதநது
சீஷர்களிலோருவன்கடிவாளத்தைப்
பிடித்துமுன்னிழுக்கவோருவன்வாற்புறத்
திருநததட்டியோட்டவோருவனிருபுறத்தண்டி

யவர்கால்களைப்பிடித்துத்தாங்கமற்றொ
ருவன்முன்னேகட்டியங்கூறியெச்சரிக்கைக
யெச்சரிக்கைபராக்குப்பராக்கென்றுகூப்
பிட்டுப்போனார்கள்.

அனேகதூரம்பூரித்துக்கொண்டுபோன
பின்புவழிச்சாரியாயக்காரனோடிவந்து
குதிரைக்கைகந்துபண்ணமுண்டென்றுமறித்
தான். அதுக்கவர்கள்குருவேறுகுதிரைக்
காயமுண்டோவதுவியாபாரச்சம்மந்த
மோவென்றுதலார்ந்தவயதினாற்காண
டைநடக்கமாட்டாததைக்கண்டோருவன்
தர்மமாகத்தந்தகுதிரையதாக்குமிதுக்கா
யமேதத்தாயமிதேன்றவர்கள்கூப்பிட
அவனுச்சிமத்தியானமட்டுமறியல்வைட
மாட்டாதினால்வேறேவழிகாணாமலந்து
பணங்கொடுத்தார்கள். குதிரையல்லா
வட்டாலந்தச்சத்தலந்தேனுவயல்லயென்
றுகுருவுத்சலித்துக்கொண்டுகிட்டவருந்தசா
வடியலேயிலைப்பாறப்போனார்கள்.

அங்கேயகப்பட்டவோருகிரேஸ்தனோடே
குருவானவர்தானேவெகுமுறைப்பாடுது
வக்கினார். நான்பிறந்தநாள்த்தோன்றி
யோருக்காலுங்குதிரையேறினதில்லை
இன்றைக்குமுதல்வனாயேறிவந்தவைத்
திலந்தவத்தாயத்தைக்கண்டேன். இப்ப
டிநீதியல்லாமல்வழிபறிக்கிறகள்ளா
ளைப்போலேநேஷ்டுரமாய்ச்சம்பாதிக்
கிறபணமவர்களுக்குநன்றாயிருக்குமோ
வென்வயறேரியவாங்கினபணமவர்க

ளுக்குநேருப்பாகாதோவென்றார். இதுக்கவன் ஐயாகாலத்தின்குணமிது இந்நாளிலேபணமேகுருபணமேதெய்வம்பணமென்றற்பணமும்வாய்திறக்குமென்பதுமுன்கேட்டோமிப்போபணத்திலும்வேறுறவுநேசமுமில்லையையாவென்றான். இந்தக்காலத்திலேசிலர்கஷ்டத்திற்பணங்கண்டாலுநக்கியெடுக்கக்கூசார்களென்றுகுருவானவர்சொன்னார். அவனுமிதுசந்தேகமோவதுவுமவர்களுக்குநாறுதையாவெதுக்கு அத்தாட்சிகேளுமென்றுசொல்லுகிறான்.

ஒருராசாபணத்தினவலினலேதன்சீர்மையிலில்லாதவரியெல்லாம்வைத்துப்பாடுமுத்திரவரியும்வைத்தான். இதுவவன்மகனுக்குமுதலாய்ப்பொருந்தாமல்நாறுகிறவந்தவரியைக்கேட்கிறதுலேச்சைசக்கேடாயிருக்குதென்றுதகப்பனுக்கவன்சொல்லவராசாமறுமொழிசொல்லாமல்மகனையனுப்பினான். பலநாட்போனபின்வைத்தவரிப்பணஞ்சேர்ந்ததின்மேலேமகனையராசாவழைப்பித்தப்பணத்தைமுகராச்சொல்லிநாறுதோவென்றுகேட்டான். மகன்வேறென்றுநினையாமல்நன்றாய்மணக்குதென்றபின்ராசாவதுமுத்திரவரிப்பணமாக்குமென்றான். கேட்டீரோபணம்வந்தாற்போதுமெப்படிவந்தாலும்பாரமில்லையையாவென்றுசொன்னான்.

இப்படிபலபேச்சுகளோடேபோழுது போக்கினபின்புசாயுங்காலத்திலேயிவா வுங்குதிரையேறிப்போயொருபட்டிக்காட்டி லேதங்கினார்கள். குதிரையைத்தளையா மலோராமாறுமேயவீட்டுக்காலமேபயணத் துக்குத்தேடினவிடத்திலகப்பட்டதில்லை. வீட்டுக்குவீடுநுழைந்துபார்க்கவோரு வன்வளாவிலேகட்டிவைத்திருந்தான். அவ னுமதைவிடச்சொன்னவிடத்திலராத்திரி முப்பதுநாழிகையுமேன்பயிரில்மேய்ந் தத்தோமேனக்குவேகுசேதமானதினால னதப்பரிச்சேதமாய்விடமாட்டேனென் றான். அதுக்கூர்நாட்டான்தானேபோய்ந யம்பயஞ்சொல்லியமர்த்தினுலுமதுக்கும் பயிர்ச்சேதங்கொடுத்தாலனதவிடச்சம்ம திப்பேனேனென்றான். நாலுபேருங்கூடிமேய் ந்தகோல்லையைப்பார்த்துமதித்ததுமேய் ந்ததுமதிக்கப்பத்துப்பணத்துச்சேதமேட் டப்பணத்துச்சேதமுண்டேன்றுசொல்லக் கனடசியலேதீர்த்தபடிக்குநாலுபணத் தைவாங்கிக்குதிரையைவிட்டுவிட்டான்.

குருவோவென்றால்வேகுவாய்ச்சலித்துக் கொண்டுநமக்கிந்தக்குதிரையென்னத்துக் கிதுவந்ததினாலேசிலவுகளோத்தளைசஞ்ச லங்களோத்தளைசங்கடகேடுகளோத்தளை இதேல்லாமேன்மகிறுமக்குத்தகாதப்பா வென்றுகானமைபயாகட்டோகத்துணிந் தார். அதுக்குச்சீஷாக்களாறோரும் ஆ அ ந்தாதேன்றுங்கானமைநடக்கவும்மாலா

காதென்றுச்சொல்லிக்கொண்டிருக்கவொருவள்ளுவனிதெல்லாங்கேட்டுக்கவலைப்படவேண்டாணுமயாவென்றான். இந்தத்துரிதமெல்லாங்குதிரையைப்பிடித்ததோஷத்தினாலேவந்ததாக்குஞ்சிலவோடேசிலவுபண்ணியெனக்குகந்தபணந்தந்தாலந்தத்தோஷத்தைக்கழித்துநீக்குவேனென்றான். செலவுக்கஞ்சினாற்காரியமல்லவென்றுபணங்கொடுக்கச்சம்மதித்துத்தோஷத்தைக்கழிக்கச்சொன்னார்கள்.

அப்போதந்தவள்ளுவனவர்களையேயக்கப்பலசடங்குகளைச்செய்துபலபச்சிலைகளைப்பிடுங்கிக்குதிரைமேலேதூவமுணமுணவென்றும் அ ஏ வென்றுமனைவையமிட்டுக்கூச்கூமும்முறைவலம்வந்துவால்முதற்கொண்டுதலைபரியந்தங்குதிரையைத்தடித்தடவையருந்தவோற்றைக்காதிற்றைகபிடித்துநின்றான். இந்தக்காதிலேயாக்குந்தோஷமெல்லாநிற்குது இப்படிக்கொத்ததோஷத்தைக்கழிக்கமுன்னந்தக்காதறுத்தார்களிப்போதைக்கிதுவுமறுத்துப்போட்டாலந்நாள்த்தோஷமுமற்றுநீங்குமென்றான். இவ்வாறுடனேவேட்டிவாளைத்தீடிக்காதையறுத்துத்திடீரேனத்தூரக்கொண்டுபோய்த்தோஷந்தொடராதபடிக்காழமாய்க்குழிவெட்டிப்புதைத்துமேலேமண்போட்டுக்குழிபோட்டுவைட்டுவந்தார்கள். இதிலேயன்றெல்லாஞ்சென்றதினால்மறுநாட்காலமேபோய்வெகுதொந்தரைப்பட்டுமடத்துக்குச்சென்றார்கள்.

# ஆறாவது

# பிராமணன்சொன்ன

# புரோகிதக்

# கதை.

மடத்துக்குச்சென்றபிற்பாடுகுருவானவர்வெகுகவலைப்பட்டிருந்தார். நந்தகுதிரைமிகவுங்குறைப்பட்டகுதிரையானாலும் விலையில்லாமல்வந்ததென்றுமிகவுஞ்சந்தோஷமாச்சு. ஆனாற்குதிரையினாலேவழியிலனுபவித்ததுக்கவானதுகளைநினைக்கநினைக்கவெகுமனக்கிலேசப்பட்டுக்கொண்டிருந்தார். அப்படியேசீஷர்களைக்கூட்டிவைத்துக்கொண்டுதாம்பலபரமதானங்களைச்சொல்லத்துவக்கினார்.

தம்பிமாரேவரவரநாளேறுமதிகமதிகமாகப்பிரபஞ்சவாழ்வுகளெல்லாம் பொய்யானவாழ்வென்றுகண்டுபிடிக்கிறேன். தின்மைகலப்பில்லாதநன்மையுங்கசப்புக்கலப்பில்லாதவினிப்புந்துக்கங்கலப்பில்லாதமகிழ்ச்சியுமிங்கேகிடையாது. ஐயையோவிலையின்றியுபகாரமாய்க்குதிரைவந்ததென்றுநாமிகவமகிழ்ந்ததல்

லவோ இநதப்பாக்கியத்தோடேதொடர்நதுடனேயன்றுதானேவநததுரிதகிலேசங்களைக்கண்டீர்களே. ஒருதுளித்தேனைநக்கவைத்தனைகசப்புவிழுங்கவேணுமோஆசாலிநேல்லுநதன்னுமியுள்ளது எவ்வணுகக்கணிக்குநதோலுங்கொம்னுடயுளண்டிதேல்லாளுள்ளதுதானேயாகிலுநானேருதினத்தளவிலனுபவித்தபோல்லாப்புமேத்தக்குதிரையேறித்திரியவேணக்கியோக்கியமில்லையாக்கும்மேல்விதிக்கேதிராய்ப்போகிறதென்னலாகுநதன்னுமயோவில்லையேயணியநதக்குதிரைனுயத்திரும்பவனுப்புகிறதேகருமமென்றார்.

அதுக்குச்சீஷாக்களெல்லாருமாகாதாகாதிதென்றப்படிசொல்லாதேயுனுமயாநீர்கொண்டகுதிரையோநாங்கள்தேடினகுதிரையோவல்லவேதேவாதினமாய்த்தானகவநதகுதிரையல்லோநாமினதத்திரும்பவனுப்பினால்த்திருவளத்துக்கேதிராய்ப்போகிறதாகும் இதுதோஷனுமயாஇதுவநதவிரக்குதிரையைப்பிடித்திருநததோஷத்தையநதவள்ளுவன்கழித்தபிற்பாடத்தைசத்தக்கதோண்றுமில்லையென்றார்கள்.

இத்தோடின்னம்பலதாயங்களையவர்கள்விரிவாகச்சொன்னதினாற்குருவமனநதேறிநீங்கள்சொன்னபடியாகட்டேன்றார். ஆகிலுமன்றுவநதமோசம்போலேயணிவராதபடிக்கிராமாறுகுதிரையேயவிட

வொண்ணுது வீட்டிலே கட்டுவைக்கவேணுமேயதுக்கானவிடமுங்காணேனென்றார். அப்போபேதையென்பவனிதுக்காலோசனையென்னவிப்போதான் போயாலுங் கொப்புகளைவெட்டிக்கொண்டுவந்தொரு மூலையிலேநேத்தியானலாயம்க்ஷணத்திலேகட்டுகிறேனென்றான்.

என்றநிமிஷத்திலேபுறப்பட்டுவழியோரத்திலிருந்தபிறமாண்டக்கோடியாலின் மேலேறிநின்றுசெவ்வைக்கொப்பைக்கோடாலியால்வெட்டத்துவக்கினான். ஆகிலுந்தானுனிப்பக்கத்திலிருந்தடிப்பக்கத்தை வெட்டுகிறதைக்கண்டுவழிப்போக்கனாக வந்தவொருபிராமணன்தம்பியப்படி நில்லாதேகொம்போடுநீயும்விழப்போகிறாயென்றான். அதுக்கவனிந்தத்துற்சவனமெனக்குச்சொல்லவந்தாயோவென்றிடையிற்சொருகிவைத்திருந்தவேட்டரிவாளாற்பிராமணனையெறிந்தான். அவனுமிந்தமுறடன்பட்டறியப்டென்றுவிலகித்தப்பிப்போய்விட்டான்.

பேதையோவென்றால்முன்னின்றபடியின்னமுநின்றுவெட்டினதினாற்பாதிக்குமேல்மரமற்றுப்போய்முறித்சத்தோடேதானும்விழுந்தான். அம்மம்மாவந்தப்பிராமணன்வெகுசாஸ்திரிமகாபுரோகிதன் அவன்சொன்னபடிக்காயிற்றென்றுகடுகவெழுந்துபிராமணனைப்பற்றிக்கொண்டோடினான். சடுதியிலவன்கிட்டவோடிவ

ருகிறதைப்பிராமணன்கண்டிந்தப்புத்தி
யல்லாதமிருகமென்னசெய்யுமோவென்
றஞ்சிநின்றான். பேதைசென்றொருகும்பிடு
போட்டு ஐய்யாநீர்மகாசாஸ்திரியன்
னமோருபுரோகிதமெனக்குச்சொல்லவே
ணும்நான்பரமார்த்தகுருவென்சீஷனுக்கும்.
உவர்பேயரிலெனக்குப்பஞ்சமேத்தவவருக்
குத்தலார்ந்தவயதாகக்கொள்ளாக்கொத்
சநாளிலேசாவாரென்றுபயந்திருக்கிறேன்.
இப்போநீரெனக்காறுகலாகவவருக்குமு
டிவுகாலமெப்பொழுதென்றுமதுக்குமுன்
காணப்படுமடையாளமின்னதென்றுமெ
னக்குச்சொல்லுமென்றான்.

பிராமணன்தப்புவைத்துக்கொள்ளப்
பலபலபோக்குச்சொன்னாலுமவன்விடாத
தினாற்கடைசியிலே ஆசனத்தீதத்தீவனநா
சமென்றான். இதேதையாவைதுக்கற்றத்
சொல்லுமென்றவனலட்டிக்கேட்க உன்கு
ருக்களுக்கிருப்பிடங்குளிர்ந்தவன்றைக்
கவருக்குச்சாவுகிட்டினதுக்கடையாளமென்
றுபிராமணன்சொன்னான்.

பேதையுநமஸ்காரஞ்செய்துபோய்வெட்
டினகிளையைமடத்துக்கிழுத்துக்கொண்டு
நடந்தசெய்தியெல்லாம்வகைவிபரமாய்ச்
சொன்னான். குருக்களிதுக்குவிசாரப்பட்
டுச்சொன்னபிராமணன்மகாசாஸ்திரி
யல்லவென்றுசொல்லக்கூடாது. உனக்க
வன்சொன்னபடியெல்லாஞ்சரியாயுட
னேயாச்சுதே. எனக்குச்சொல்லியனுப்பி

ணபுரோகிதமுநதப்பமாட்டாது ஆசனத்சீ
தத்சீவணநாசமகாயுத்திவசனம இணீயேச்
சரிக்ஞகயாக்கும்வேண்டியது ஒருக்கா
ஆங்கால்சுத்திசேய்யலாகாது இதின்மே
லாண்பவர்திருவளமேன்ஞர்.

# ஏழாவது

# குதிரையிலிருந்துவிழுந்த கதை.

சொன்னவெச்சரிக்கையோடுநெடுநாளிருந்தபின்புசீர்மைவழியேபோனுஞ்சீஷர்கள்கையிற்பணம்பறியுமோவழியமடத்திலதுவரவறியாதென்றதைப்பற்றியூருக்கூர்சுற்றித்திரியப்புறப்பட்டார்கள்.

ஒருநாளவர்கள்மடத்துக்குத்திரும்பிவருகையிலசைந்தசைந்துகுருக்கள்குதிரைமேல்வரும்போதுகீழேதூங்கினவொருமரக்கொப்புப்படவேயவர்தலைப்பாகுபிறகேவிழுந்ததாம். அதனைச்சீஷர்களோடுத்தார்களோவென்றெண்ணிச்சுமாவனேகந்தூரமவர்சென்றபின்புதலைப்பாகெங்கேதாருங்கோளென்றுகேட்டார். அங்கேவிழுந்தவிடத்திற்கிடக்குமென்றவர்கள்சொல்லவவர்கோபித்துவிழுந்ததெல்லாமெடுக்கத்தேவையில்லையோநான்சொல்லவேணுமோவென்றார். அப்படியேயுடனேமடையனோடிப்போய்விழுந்தபாகெடுத்துக்கொண்டுவருகையிலன்றிராத்திரி

மழைசோரிநதுபெய்ததினாலெபசும்புற் காடிலெமெய்நதிருநதகுதிரைகழிநதுவெட் பலெத்தினையத்தஊப்பாகிலெநதிக்குருவெண் ணைகயில்வைத்தான்.

அப்போதவர்சீச்சீயென்றுவெகுவாய்ச் சினநதார். அதுக்கெல்லாருங்கூடியதெ னைதயாவெழுத்சகலமுமெடுக்கச்சொல்ல முன்கற்பித்ததல்லவொகற்பித்தபடிசெய் ததினாலெப்போநீர்கோபங்காட்டுவானெ னென்றார்கள். குருவோவென்றலைப்படி யன்றெ எடுக்கத்தகுவதுமெடுக்கத்தகாத துமுண்டுவெனைவறிநதுநடக்கவேணுமென் றார். அதுக்கவர்களாம்மாத்திரத்துக்கு நாங்கள்மனுஷரல்லவென்றெடுக்கவெண் டியனைதமாத்திரம்வெறுபடவெழுதச்சொன் னார்களவருமெழுதினார்.

அப்புறம்போனைகயில்வழுக்குநிலத்திலெ ரமாகக்கொள்ளத்தளர்நதநடையாய்ப் போகிறநொண்டிக்காற்குதிரைதவறிவெ ழுநததாம். அத்தண்ணைபயிலிருநதகுழயற் குருவநதஊகிழுங்கால்மெலுமாகவெழுந துகோவென்றலறியென்உணயெடுக்கவொ டிவாருங்கோளென்றுகூப்பிட்டார். சீஷரு மோடிவநதுமுன்னெழுதித்தநதவொஊ னையயெடுத்தொருவன்வாசிக்கவெழுநத தஊப்பாகெடுக்கவும்வெழுநதசொமன் வெஷ்டியெடுக்கவும்வெழுநதசப்பைபயுள் ளனைபயெடுக்கவமென்றவன்வாசித்தபடி ஒன்றென்றயெல்லாத்தைதயுமெடுத்துவைக்

கக்குருக்கள்நிருமாணமாயங்கேகிடந
தார்.

அவரிப்படிகிடநதுதம்ணுமயுமேடுக்கச்
சொல்லியேத்தஊணகேத்சிணுஷுமேத்தஊணசி
ணநதாஷுமிதுவும்எஃகணவேயோஉஸய
லேழுதாதிணலேமாட்டோமேன்றுசாதித்
தார்கள். ஐயாவும்ணுமயுமேடுக்கவெழுதி
ணதேங்கேகாட்டும் எழுதிணபடியேசெய்
வோமோழியவெழுதாதணதயோருக்கா
ஷுத்சேய்யச்சம்மதியோமேன்றூர்கள்.
அவருமிவர்கள்சாதஊணகண்டுதப்புமவ
ழிவேஷேன்றுங்காணுமலோஉஸயுமேழுத்
தாணியும்வாங்கிக்கிடநதவடித்தில்நா
ணும்வழுநதாலேடுக்கக்கடவர்களோன்
றேழுதிணூர்.

எழுதிணதைக்கண்டுசிஉடிர்கலூமோரு
மிக்கப்போயவணூரயேடுத்தார்கள். வ
ழுநதகுழியஃசேஷிருநதபடியிணலவருடம்
பேல்லாத்சகதியாயழுக்குப்பட்டதேன்றுச
மீபத்திலிருநததண்ணீரிலேகுளிர்ப்பாடி
ணூர்கள். பின்புபணுழயபடியுடுப்பேல்லா
முடுத்தவணூரக்குதிணூரயிலேஃஷிமடத்துக்
குக்கொண்டுபோய்விட்டார்கள்.

# எட்டாவது

# குருனைவசசேமித்த

# கதை.

குழியில்விழுந்துகிடந்தசமயத்தில் மிகவும்மத்திப்பதறினதாஸ்ப்பிராமணன் முன்சொல்லியிருந்தபுரோகிதத்தின்மே லொருத்தனுக்கும்ஞாபகமில்லாதேபோ யிற்று. திரும்பக்குதிரையேறினபிற்பாடு மாத்திரமிருப்பிடங்குளிர்ந்ததென்றுகண் டுகுருத்தானேவிசாரப்பட்டார். ஆகிலும மடத்துக்குச்சேருமளவுமொன்றுஞ்சொல்லா தேபோனார்.

தளர்ந்தவயதுகாலத்திலேவிழுந்தவ திர்த்தியனாலன்றிராத்திரிநித்திரைகொள் ளாமலராராட்டமாய்ப்புரண்டுகொண்டு சொன்னபுரோகிதநினைவுதோன்றினதி னால்வெகுவாய்ச்சஞ்சலப்பட்டார். குதிரை யினின்றுகுழியில்விழுந்ததினாலுடலதிர்ந் தவலியாராட்டப்படுத்ததென்றுநினைக்க மாட்டாமல ஆசனங்குளிர்ந்தத்தோடே சாங்காலங்கிட்டினதினாலாக்குமிதெல்லா மாகுதேன்றுநிச்சயித்தார். இந்தநினைவோ டன்றிராத்திரிமுழுதுந்தம்மிலேபயந்து

பதறியொருநிமிஷமுங்கண்மூடமாட்டா
மலடிக்கடிபெருமூச்சிட்டுமணநதளாம்
பிணதாற்பிறகுவெடியக்காலமேசீஷாக்
கஉளாயனுழுப்பித்தார்.

அவர்களும்வநதுபார்க்கவவர்முகச்
சாயல்வேறாகவுமிருகண்குழியாய்வெழுந
ததாகவுமுகமெல்லாம்வற்றிச்சுருங்கின
தாகவுமதிலேபழுப்போடேவேலுப்புப்பட
ர்நதுபத்சஞைடநததாகவும்வாயீரமின்
றிவாற்ஞதக்குளாறவம்பிராமித்தாற்போலே
யுற்றுப்பார்க்கவுங்கண்டுமிகவும்பயந
தார்கள்.

அப்போதவர்பெருமூச்சிட்டுத்தம்பிமா
ரேயேன்உணக்கல்லஞறயில்ஞவைத்துச்சவச்
சேமஞ்செய்யுங்கோளென்றார். அதேனை
யாவென்றவர்கள்பதறிக்கேட்க அதேன்
ண ஆசனத்தீத்தீவணநாசமென்றஞதமற
நதீர்களோவென்றுமீண்டுகுருக்கள்சோல்
லுவார். நேற்றுநான்வெழுநதகுழியலேநீ
ருத்சகதியுமேத்தவாஞகயஞலேணக்கிருப்
பிடத்திரநதாக்கிணதாம். ஆகிலுமப்போ
திருநதவாபத்திஞலேணக்குத்தோன்றதே
போயற்று. பிறகுவேகுவாயருப்பிடங்கு
ளிர்நததுங்கண்டேண்பிராமணண்சோன்
ணசாஉஸ்திரமுநிஉணத்தேன். அப்படியிராத்
திரிமுழுதுமுடம்பின்வலியுமாராட்டமுங்
கண்டுசற்றுநித்திஞரகோள்ளாமற்சாவு
கிட்டிணதென்றுநன்றாய்க்கண்டுகோண்டேன்.
இனிவேறலோசஉணதேஞவயில்உலசீக்கிர

மாய்ச்சேமத்துக்காயத்தம்பண்ணுவீர்க
ளென்றார்.

அதுக்கவர்களுமந்தச்சகுனத்தைநினைத்துச்சினார்கள் அச்சினாலுமுள்ளாச்சத்தை வெளிவிடாதபடிக்கு நானாவிதமாய்க்குருவின்மனந்தேறப்பற்பலவாறுதல்சொன்னார்கள். என்னசொன்னாலுமவருக்குமனக்கிலேசமாறவில்லையென்றுகண்டுமுன்னந்தவூர்க்குறிக்காரனையிருந்தஅசேதனமூர்த்திமகன்அசங்கதனென்பவனையழைப்பித்துத்தங்கள்குருவைப்பிடித்தசனியைநீக்கியவர்மனந்தேற்றக்கொண்டுபோய்விட்டார்கள்.

முன்னடந்ததெல்லாம்விபரமாய்க்கேட்டபிற்பாடு அசங்கதன்வந்துசம்புவித்ததேதையய்யா உமக்குவந்தகுறையென்னநோவென்னவலியென்னவிசாரமென்னகிலேசமென்னவென்குருவேயென்னையாவேயென்பிதாவேசொல்லுமென்றுகண்வாய்மூக்குத்துடிக்கக்கேட்டான். அதுக்கெல்லாத்துக்கும்ஊசனீதத்தீவனாசமென்கிறவசனமொழியவேறொருமறுவுத்தரமுங்குருசொன்னவரல்ல. அப்போதவன்நல்லதுதான் ஊசனீதமுமக்குநாசமென்றந்தப்பிராமணன்சொன்னானேநானுமவனைசனைஷ்ணமவனுக்குநாசமாய்ப்பண்ணுகிறேன் அந்தப்பிராமணனையெனக்குக்காட்டுங்கோளவனுக்குலக்கைப்பூசைபண்ணியவனைஸ்

வந்ததோடேமேல்ஸாநிக்கித்தீர்த்துப்போடுவேனவனைக்காட்டுச்சீக்கிரமாய்க்காட்டேன்றான்.

உலக்கைப்பூசையென்றொருபூசையுண்டோ ஒருக்காலுமிப்படிப்பட்டபூசைகண்டதுமில்லை கேட்டதுமில்லை அதாவதைச்சொல்லென்றார். இதுக்குமறுமொழி அசங்கதன் சொல்லத்துடங்கினான். இவ்வகைப்பூசையுஞ்சமையம்புறச்சமையங்களிலகப்படாதபூசையாக்கும்நன்றாய்க்கேட்க.

ஒருசெட்டியிருந்தானவன்வெகுசிவபத்திக்காரன் அநுதினம்பண்டாரங்களுக்கசனம்போடவாசையிலவர்களையெங்கே கண்டாலுமசனத்துக்கழைப்பான். அவனுக்குமக்களில்லை கொண்டமனைவியோவென்றலெப்படிநித்தமொரிருபண்டாரங்களுக்குச்சோறாக்கவும்போடவுஞ்சலிப்பாகக்கொள்ளப்புருஷன்செய்கிறதுபொருந்தவில்லையாகிலுமிதிலெபுருஷனுக்கேதாகிலுஞ்சொன்னாலவன்மனம்பொறுக்கமாட்டானென்றவளிந்தத்தினாலொருபாயமெடுத்தாள்.

ஒருநாளந்தச்செட்டிகடையிலிருந்துகண்டபண்டாரத்தையழைத்தென்வீட்டிலென்றைக்குப்பிச்சைபண்ணவேணுமைய்யாவென்றான். அவனுஞ்சம்மதித்ததினால் இப்போ கடையிலேவேலையாயிருக்கிறேன் நீர்தானென்வீட்டுக்குப்போயென்ஸ்திரீக்

கிந்தச்செய்திசொல்லிநான்வருமளவுமங்
கேகாத்திருமென்றான். பண்டாரஞ்சந்தோ
ஷமாய்ப்போய்ச்சேடிசொன்னதையவன்
மனையாட்டியோடேசொன்னான். அதுக்கவ
ளிவனொருக்காலுமிங்கேவராதவனுக்
குமென்றுகண்டுகொண்டுமெத்தநல்லதுநீ
ரிங்கேயிருமென்றுவெட்டுத்திண்ணைமேலே
பாய்விரித்தாள்.

பிற்பாடுமனைவெட்டுமுற்றநன்றாய்ப்
பெருக்கியெங்குஞ்சாணாங்கினையத்தெளித்
துத்தன்காலைகைசுத்திகரஞ்செய்துபூச்சி
யத்தோடேநெல்லுக்குத்துகிறவுலக்கை
யைக்கையிலேடுத்துக்கொண்டாள். பிறக
தில்நின்றயச்சாம்பலைத்தடவித்தானும்பூ
சிக்கொண்டுநடுமுற்றத்திலுலக்கையைக்
கிடத்தியதுக்குமுன்மும்முறைசாஷ்டாங்
கமாய்விழுந்துமுணுமுணுவென்றுசிலமந்
திரங்களைச்சொன்னாள். சொன்னதின்
மேலேமீளவுமுலக்கையைத்துடைத்து
முன்னேயிருந்தவிடத்திலேவைத்தாள்.
அதெல்லாமுற்றுப்பார்த்துக்கொண்டிரு
ந்தபண்டாரம்வெகுவாச்சரியப்பட்டு இந்
நாள்மட்டுநான்காணாதவிதிசெயங்களை
யப்போகண்டேன் இதென்னவகைபூசை
யம்மாவென்றுகேட்டான். அதுக்கவளிது
எங்கள்குலதெய்வத்தின்விசேஷபூசை
வகையினிமேல்நீருநன்றாயறியப்போறீ
ரென்றுவீட்டினுள்ளேபுகுந்துபோகையிலது

வன்றுஊஸமேலேமுகியுமென்றுமர்நதசத்
தமாய்த்தன்னிலேசொன்னாற்போலே
சொன்னாள்.

அப்படிசொன்னாலுமவள்வெறும்பினப
டிக்குப்பண்டாரங்காதிலேவெழுநதது.
அப்போதவன்தேவாதினமாய்த்தப்பிப்
பிழைத்தேனேவென்றுசேடிச்சிவீடிலேநு
ழைநதவுடனேசத்தப்படாதுதப்பிப்போய்
விட்டான்.

அவன்போனவுடனேசேடிவநதுநான
னுப்பினபண்டாரமெங்கடியென்றுகேட்க
அவளும்நல்லபண்டாரமல்லோவநதவ
னசயனுப்பினீர். வநதவுடனேயுலக்கை
யைத்தரச்சொல்லிக்கேட்டாதுக்குநானிப்
போசேடியார்வருவாரேயவருத்தார
மில்லாமற்கொடுக்கப்படாதுசற்றிரு
மென்றிதோபானையவிரித்துப்போம்பே
னவர்கேட்கமாட்டாமலுடனேமுறுக்கிக்
கொண்டுபோனாரேன்றாள். அதுக்குச்சேடி
அடியப்படியல்லவேபண்டாரங்களோன்
ன கேட்டாலுங்கொடுக்கிறதேனக்குச்சம்
மதியென்றுலக்கையைக்கையிலேநதிப்
பண்டாரத்தைத்தேடியனதக்கொடுக்கத்
தெருவிலேபோனான்.

பண்டாரமும்வருங்காரியமுட்டமுடி
போகக்காணவேருதெருமுடுக்கிலோ
துங்கியிருநது அவனுலக்கையோடேசேட்
டிவருவனதக்கண்டபோதிதோவென்று

ஊமேலேபூனைசமூகிக்கவருகிறனென்றோட்
டமெடுத்தான். சேடியும்பண்டாரமேபண்
டாரமேயென்றுபின்பற்றித்தொடர்ந்தோ
டவவணதிகமதிகமாயோடக்கனுடசீஷர்
சேடிக்குவயதுகாலமும்பெருந்தொந்தியுமி
ருந்ததினலோடமாட்டாமல்நின்றுவிட்டுக்
குத்திரும்பினன். அதுவேயுலக்னைகப்பூனைச
ஷனைதநான நதப்பிராமணன்முதுகின்மே
லேமுகித்தால் ஆசனேஷ்ணமாகியவனுக்
கல்லாமலுமக்குநாசம்வராதையாவேன்
றன்.

அதுக்குப்பரமார்த்தகுருவுத்சிரித்துதாயத்
தின்படியேயுன்னை அசங்கதனென்பார்
கள். எப்போதுத்சரசங்களைச்செய்து
கொண்டுவருகிறயென்றர். அவனுங்குருக்
கள்சிரித்ததாகக்கண்டுபரிகாசத்தைவிட்
டுமீண்டுத்சொல்லவந்தான். ஐயாபிரா
மணன்சொன்னவசனமுள்ளபடிதானே.
ஆகிலுமதுக்கற்றத்னைதநன்றாய்க்காண
வேண்டியது. இருப்பிடத்திற்குனனைமகண்
டாற்சாவுக்கனைடயாளமென்றதுசரியே
ஆனைற்புறக்காரணமில்லாமல் ஆசனங்கு
ளிர்ந்துபோனலேயவன்சொன்னபடி
யாகும். தண்ணீரிலேயுத்சேற்றிலேயும்வி
ழுந்தீரிதிலேயருப்பிடங்குளிர்ந்ததுமேத்
தவிதிசேயமோ. அப்போகுளிராதேபோ
னலதிசேயமாகும் இப்போதிந்தக்கலவூ
னையவெட்டுவேடுமீண்மேற்சேற்றிலுலுக்கா

ராமலுந்தண்ணீரிலேவிழாமலுமற்றே
ருபுறக்காரணமில்லாமலும் ஆசனசீதங்
கண்டாலப்போசீவனநாசங்கிட்டினதென்
றுநினைக்கலாம். இதொழியமற்றெல்லா
மபத்தனமயாவென்றான். அசங்கதன்சொன்
னதுகுருவின்மனதிலேதைத்துதாயம்போ
லேதோன்றிற்று அதலாற்சற்றுத்தேறி
யெழுந்துசாப்பிடவுமங்கங்கேதிரியவுந்து
வக்கினார்.

இப்படிசிறிதுநாள்மாத்திரம்போன
பிற்பாடுஒருராத்திரிசோத்தியத்திலேக
னமழையொருபாட்டமாய்ப்பெய்தது.
அத்தோடேகுருவின்படுக்கைமேலேயிருப்
பிடத்துக்குச்செவ்வையடுத்தாற்போலே
மோட்டுநீரொழுக்குவிழுந்தாலுந்தூக்கத்
திலவருக்குத்தெரியாதேபோயிற்று. ம
ழையுமழையோடேயொழுக்குமோழுந்தபின்
புகுருக்கள்நித்திரையோடேபுரண்டுபட்
ட ஈரத்தின்மேற்சமனகவிருப்பிடம்படத்
தூங்கிக்கிடந்தார். அப்படிதாக்கினகுளு
ருமயனலேதிடீரெனவிழித்துமிகவுமி
ருப்பிடங்குளிர்ந்ததாகக்கண்டுகுளுமைபி
றக்கவெப்போவேறொருபுறக்காரணமில்
லையேநமக்கினிச்சாக்காலம்வந்ததென்று
நிச்சயித்தார்.

வந்தகுளிர்ச்சிக்குச்சீஉடர்கலும்வேறே
றமுகாந்திரங்காணமற்படுக்கையின்கு
ளுமைமுதலாய்க்குருவினிருப்பிடச்சீதத்

தினால்வந்ததென்று நினைத்துமுன்சொன்
ன சகுனநிறைவேறுங்காலமிதென்றெண்
ணினார்கள். காணவந்ததன்சாதிமனுஷரு
மிவர்களோபோத்தபுத்திமான்களா
கக்கொள்ளாச்சொன்னயாவுமொத்துக்
கொண்டிப்போதுதப்பாமல் ஆசனசீதத்
சீவனநாசமென்பதொழியவந்தயாவருக்
குமறுமொழியுச்சரியாதேபோனார்.

நாலுக்குநாளிவரிவ்வாறனுபந்தமிஞ்
சினமனக்கவலையுத்தரிரேபேலயீனமுந
தாங்கமாட்டாதேயவரோருநாள்சோப
மாய்க்கிடந்தார். அதுக்கெல்லாருங்காகூ
வென்றுதலைமேற்கையைவைத்து ஐயயோம
டிந்தாரேமாய்ந்துபோனாரேயென்றழுத
லறிச்சவச்சேமத்தாசாரம்பண்ணிக்குளிப்
பாட்டப்போனார்கள்.

அதுக்குமபத்திலிருந்தடேயதோடியனி
னறயத்தண்ணீரைவெட்டுப்பிணமென்றவெ
னரயதிலேபோட்டு அழுக்கிச்சூழப்பத்துப்
பேரோருமிக்கத்தேய்த்துக்கழுவினார்கள்.
கழுவும்போதவருக்குமயக்கந்தெளிந்தா
லுந்தண்ணீரிலேமூச்சுவாங்கமாட்டாமலு
மவர்களழுக்கினதுககாலாலேசயிக்கி
னகாண்பிக்கமாட்டாமலுமிலைச்சத்தனத்
தினாலபராமாற்றகுருமனையயர்னகயலே
சேற்றார்.

இதின்மேலேவேகுவாய்க்கூடங்கூடிய
வனரப்பூந்தேருக்குள்ளோசமாதுனவத்தே

டுத்து முன்னும் பின்னும் பக்கத்திலும் நே
ருங்கச் சீஷர்கள் வநதேல்லாரும் ஆசனத்
சீதத்சீவண நாசமேன்றுபாடிக்கோண்டு
போய்க்கல்லறையலே வைத்தடக்கினார்
கள்.

## பரமாறதகுருவின

## கதைமுற்றும்.

# TRANSLATION.

THE

# ADVENTURES

OF THE

# GOOROO NOODLE.

## FIRST STORY.

### OF THE PASSAGE OVER THE RIVER.

THERE was a Gooroo* whose name was Noodle, who had five disciples serving under his command, Blockhead, Idiot, Simpleton, Dunce and Fool. These, having all six gone on foot through the surrounding villages, to make some enquiries respecting other disciples, were on

* For an account of the office and powers of the Gooroo, the reader is referred to the Abbé Dubois' work, on the Manners and Customs, &c. of the Hindoos. He will also be enabled to judge of the reverence paid this sacred character by a reference to the Institutes of Menu. Ch. xi. verse 229, 230 and 232.

H 2

their return to their Mattam,* when one day, they arrived in the third watch,† at the bank of a river.‡

Under a notion that this was a cruel stream, which, in consequence, could not be passed while it was awake, the Gooroo gave orders to Dunce, and dispatched him to ascertain whether the river were asleep. Upon this he lighted with a segar, and carried with him, a firebrand§ which he had borne in his hand, and without approaching the river, kept aloof and stretching out the brand at arms length, dipped it into the water.

---

* The Mattam is a secluded retreat, in which the Gooroo and his disciples reside when not engaged in visitations to those who are under their spiritual controul.

† In their civil day the Tamuls divide the twenty-four hours into sixty parts, called நாழிகை, each of which consequently contains twenty-four minutes. Seven நாழிகை and a half make one சாமம் or watch, four of which are contained in the day and four in the night. The term சாமம், however, is more commonly employed in marking the time of night than that of the day.

‡ The seven rivers celebrated in books, and classed together, are, கங்கை, the Ganges—யமுனா, the Jumna—நன்மதை, the Nerbudda—சரசோதி, the Saraswati—காவேரி, the Cavery—குமரி, the Kistnah, and கோதாவரி, the Godaveri.

§ The firebrands used in India are either large stakes of a kind of wood (Ixora parviflora) containing bitumen enough to support a flame, and which are analogous to the *tedæ* of the Ancients, or they are, as described by Tavernier, "un linge entortillé et trempé dans l' huile que l'on met dans une maniere de rechaut au bout d'un baton."

Observing that as soon as he had immersed it, the water smoked with a hissing noise, away Dunce ran, hurrying, stumbling and tumbling, and cried out, "O Master! Master! this is not the time for passing the river. It is awake; and no sooner had I touched it, than it flew into a passion, hissed like a venomous serpent, and smoking in fierce rage, leaped and rushed at me. It is indeed a wonder that I escaped with the preservation of my life." To this the Gooroo replied, "What can we do in opposition to the divine will? We will wait a little while." So saying, they sat down in a spreading grove hard by, which formed a dark shade, and as each was relating, in order to pass the time there, different circumstances regarding this river, Blockhead spoke as follows:

"I have many a time heard my Grandfather tell of the ferocity and artfulness of this stream. My Grandfather was a great merchant. One day, he and a companion of his were driving along two asses laden with bags of salt, and when they had descended into the middle of the river, they washed themselves in the cool water, which was running up to their waists, (for, as it was in the hot season,* they were somewhat fatigued) and stopping the asses they bathed them also.

---

* According to book authorities the year is divided into six seasons, termed அறுவகைப்பருவம். The 1st called கார், comprehends August and September; it is the rainy season, at least on the Western side of India. 2nd, கூதிர், the cold season,

"On arriving afterwards at the opposite bank, they saw, not only that the river had devoured the whole of the salt, but that the salt had all been miraculously drawn out, while the mouths of the gunny bags, which were well sewed, were not in the least opened. They congratulated themselves, saying, ha! ha! since the river has seized upon this salt, is it not a great blessing that it has left us unswallowed?"

Upon this Simpleton began another anecdote. "The stratagems, wiles and thefts of this river have been numerous even in my day. Listen to one. A dog* holding fast in his mouth a piece of mutton which he

---

comprehends October and November. 3rd, முன்பனி, the former dews, comprehends December and January. 4th, பின்பனி, the latter dews, February and March, (these two bear some analogy to the first rains and latter rains of the Jews, see Deut. ch. xi. 14). 5th, இளவேனிற்காலம், the first hot season, April and May. 6th, முதுவேனில், the hottest season, June and July. The Tamul months commence about the middle of our own, which throws these seasons a fortnight in advance. In ordinary conversation the above distinctions are not observed, but the following are substituted: வாடைகாலம் comprehends December, January, February and March, or the winter, and கோடைக்காலம் comprehends May, June, July, August and part of September, while the rainy season is called மழைக்காலம், by which we understand October, November and December.

* The reader will here recognize a fable with which he is familiar. The author has more than once, as will presently be seen, introduced current stories which seemed to suit his purpose.

had stolen, was swimming in the middle of the stream, when the river deceitfully exhibited in its water another piece of flesh. As for the dog, he conceived, that, without any deceit, what he saw was the bigger; so when quitting the piece which he held, he dived to snap at the larger one, both the one and the other disappeared, and the dog went home empty."

Whilst they were thus discoursing, they spied a horseman coming from the other side. As only a single span depth of water was flowing in the river, he remained on horseback, and without being the least afraid, came hastily splashing through. On perceiving this, they cried out, "Alack! alack! if our Gooroo too had a horse, both he and we with him might descend into the river without fear." Then they began to entreat him, saying, "O Sir, you must by all means buy a horse." The Gooroo Noodle however replied, "we will talk of this matter hereafter."

So as the day was declining and the evening approached, he sent again to examine whether the river were asleep. Idiot accordingly took the same fire brand, and on immersing it for the purpose of examination, he found that the water did not spirt up in the least, as the fire had been before extinguished; so being greatly delighted, he ran off, crying, "Now is the time! now is the time! come along quickly, and do not open your mouths or make any noise; the time of the deep slumber of the river is come; there is no occasion now for fear or alarm." Upon Idiot's shouting out this good news, they suddenly started up, and without uttering a single word, all six of them cautiously descended into the stream. At each step, which was so planted that even the waves beaten up by their legs made no rippling sound, they raised their feet over the water, advanced them, pressed them down again, and with hearts beating pit-a-pat tripped along and passed the river.

As soon as they reached and ascended the bank, they were elated in proportion as they had before been sorrowful, and while they were jumping about, Fool who stood behind, counted all the rest without including himself.* As he only saw five persons while he was

* This story bears so close a resemblance to the 10th of "the Merry Tales of the Wise Men of Gotham," that we cannot but conclude, either that it was borrowed from that Tale, or what is more probable, that both had their origin in some commonly current story. The Merry Tales to which I allude are now so scarce, that the reader will perhaps have no opportunity of determining this important point unless assisted by the following extract.

"On a certain time there were twelve men of Gotham that went to fish, and some stood on dry land; and in going home one said to the other, We have ventured wonderfully in wading, I pray God that none of us come home to be drowned. Nay, marry, said one to the other, let us see that, for there did twelve of us come out. Then they told themselves, and every one told eleven; said the one to the other, there is one of us drowned. They went back to the brook where they had been fishing, and sought up and down for him that was wanting, making great lamentation. A courtier coming by, asked what it was they sought for, and why they were sorrowful. O! said they, this day we went to fish in the brook; twelve of us came out

counting, he took alarm, crying out, "Woe is me! woe is me! one is gone with the stream. Behold, Master, but five of us stand here." Having placed them all in a row, the Gooroo himself counted them two or three times over; but as he always reckoned, omitting himself, he too pronounced that there were but five. Thus as one and all, each leaving himself out, added together only the others, it became certain among them that the river had swallowed up one.

On this account they howled bitterly, crying out "Alas! alas!" and embracing one another exclaimed, "O thou cruel river. O thou more obdurate than a block, more savage than a panther. Hast thou not feared, yea but a little, to swallow up the disciple of the Gooroo Noodle, who is saluted, respected, worshipped and praised from one end of the world to the other? Wretch! hast thou such a daring spirit, thou son of a black bear; offspring of a cruel tiger! Shalt thou attain to a future world? shalt thou hereafter roll

---

together, and one is drowned. Said the courtier, tell how many there be of you; one of them said eleven, and he did not tell himself. Well, said the courtier, what will you give me, and I will find the twelfth man. Sir, said they, all the money we have got. Give me the money said the courtier, and began with the first, and gave him a stroke over the shoulders with his whip, which made him groan, saying, here is one: and so served them all, and they all groaned at the matter. When he came to the last, he paid him well, saying, here is the twelfth man. God's blessing on thy heart, said they, for thus finding our dear brother."

thy cool stream along? May thy source be totally dried up and scorched; may the glare dart upon the sand in thy bed; may fire feed upon thy waves; may thy meadows be parched and withered; may thy depths be filled with thorns! Without moisture, without coolness, without even a mark to point out the place of thy former existence, mayest thou be in future consumed away!"

Thus did they vent their abuse and railing, stretching forth their hands and cracking their fingers.* Nevertheless, from their hasty stupidity, no one knew up to that moment which among them had been carried away by the river, and no one enquired who it might be. Just at that juncture, a sensible man who was travelling along the road came up, and touched with compassion demanded, "How now Master, how now, tell me, what is this bustle about?" They in turn related to him in due order what had happened, and he fully perceiving their idiotism replied, "What has happened, has happened.† If you will make me a suitable recompense, I have power to call hither him who is gone with the stream; for know, that I am deeply versed in

* The Hindoos in uttering a malediction, unite their hands by interlacing the fingers, and then projecting them forwards produce that sound commonly called cracking the joints. Their imprecations are still further strengthened, as they think, by casting dust at the object of them.

† That is, what has taken place is irremediable.

legerdemain." To that the Gooroo rejoicing answered, "If you will do this, we will give you forty-five fanams which we have provided for our journey." Then the other raising a stick which he held in his hand, "'Tis in this," said he, "that this art is contained. If you will range yourselves in a row, and as you receive a blow upon the back, will each reckon by calling out his name, I will cause all six of you to be here present." Having thus placed them, he first gave the Gooroo a thump on the back: "Holla!" cried he, "'tis I, myself, the Gooroo." "One," replied the man. In this manner he gave a blow to all of them, and each repeating his name respectively and casting up the account, they agreed in finding that not one among the six was missing. Being therefore astonished they came round the conjurer, and bestowing great praise on him, paid him the money which they had promised and went away.

## SECOND STORY.

### OF THE PURCHASE OF THE HORSE'S EGG.

After the Gooroo Noodle and his five disciples had arrived at the Mattam, they went about relating the dilemma in which they had been placed in the river.

Upon this an old one-eyed woman,* who was in the habit of sweeping the Mattam, having heard in detail all that had happened, said, "I am of opinion that there was a mistake in the mode in which you counted yourselves and added up the sum. If one reckons, leaving out either himself or any other person, the amount will be erroneous; however, if another occasion should occur, I will tell you a method by which such a mistake as this

* The Tamuls divide the natural life of women, as our immortal Bard divides human life, into seven ages, எழுவகைப்பருவம். Until seven years old they come under the denomination பேதை; from seven till eleven they are considered பெதும்பை; from eleven to thirteen மங்கை; from thirteen to nineteen மடந்தை; from nineteen to twenty-five அரிவை; from twenty-five to thirty-one தெரிவை; from thirty-one to forty பேரிளம்பெண்: after the age of forty-one a female is reckoned an old woman, and is called, like the one-eyed dame in our story, கிழவி.

may be avoided. Having picked up the ordure* which lies on the commons, collect it together, and when you have patted it smooth, gather around it, and stooping down, dip the ends of your noses in the dung. Then count the impressions made by your noses, and you may thus know, without any error in the account, how many persons there are. In this very same manner, some fifty or sixty years ago, did we take account of a number† of women who were collected together.

They all replied, "This indeed is a capital plan and costs no money; it did not occur to any of us. Nevertheless, for all purposes, it will be best to buy a horse. Sir, you must by all means procure a horse." The Gooroo demanded how much the price of a horse would amount to. As they heard upon enquiry that it could not cost less than from fifty to a hundred pagodas, the Gooroo determined that he had not ability to pay so much.

The matter thus remained a good while under consideration, when one day they perceived that their milch

---

* This is a suggestion which would not appear quite so extravagant to a Hindoo as it must to an European, for the women of an Indian family are frequently employed in collecting the ordure of cattle, which they form into flattened cakes and dry in the sun against rocks or walls. These cakes are used as fuel by all classes.

† The words in the original are *ten women*, but the number *ten*, as well as *four*, is frequently used in an indefinite sense; thus resembling the number *nine* in Greek, when applied to time: as, *εννῆμαρ μεν ἀνὰ στρατον ὤκετο κῆλα θεοῖο*, Hom. lib. i.

cow which had been turned out to feed, did not return home at the close of the evening; they sought her all over the village, but as, notwithstanding their search, she was not to be found, Blockhead on the following day went to seek her in the surrounding villages.

On his return to the Mattam the third day, unable to discover her any where, he exclaimed with delight, "The cow, Sir, I cannot find: 'tis no matter, however, for I have met with a horse for us at a very low price." "How is that?" demanded the Gooroo with eagerness. To which Blockhead replied, "When I was on my return, after I had been searching from village to village, from common to common, from enclosure to enclosure, in order to find the milch cow, I perceived four or five mares grazing and reposing on the bank of a large lake. As I went on farther I found, in a place which was near, a number of horses' eggs hanging down in every direction, which could not be encompassed by one's two arms. Upon enquiry of one who came up, he informed me that they were in truth horses' eggs, and that the price of each of them was only four or five pagodas. Here is a fine opportunity, Sir. We can thus, at an easy rate, obtain a high bred horse, and as for its docility, this will depend upon the manner in which we rear it and break it in." They all consented to this proposition, and having united Idiot with him, delivered into their hands five pagodas, and despatched them forthwith on their journey.

After Blockhead and Idiot had set out, in the manner just mentioned, to purchase the horse's egg, Fool thus threw out a doubt. "Grant that the egg of a high bred courser be obtained, still when obtained, it is only after having been sat upon that it will be hatched; but who in the world is to hatch it I am sure I do not know. He says that it is not to be encompassed by one's two arms: though then we were to keep ten hens together upon it, they could not even stand upon it, much less cover it. Tell us then how we are to manage in this business." On hearing what he said, they all stared at each other with astonishment, and without opening their mouths, remained speechless.* After a considerable pause, the Gooroo addressed himself separately to each of the three who were present, saying, "I see no other way but that one of us should sit on it." Upon this each made his excuses. "It is my business," says one, "to go daily to the river and fetch all the water that is wanted, as also to go to the jungle and procure canes for firewood, how therefore can I possibly hatch it?" Says another, "After remaining night and day without intermission in the kitchen, dressing rice, cooking all kinds of curries, making fancy cakes and boiling water, for every body, thus killing myself at the stoves, how can the hatching be performed by me?" Says another, "Before day break I go to the river, and after having

* This sort of tautology, common in Tamul, seems not unfrequent in Scripture; as in Psalm xxxix. ver. 3, "I held my tongue and spake nothing."

cleansed* my teeth, rinsed my mouth, washed my face, purified my hands and feet, and completed all my ceremonies according to the rules, I have to go round the flower gardens, cull the new buds, bring them hither with due respect, tie long garlands, strew flowers over different idols, at the same time worshipping them, and daily assist at the Poojei of the deity. Such is my business; is it not? With all this, how can I hatch it?"

To this the Gooroo replied, "This is all quite true; neither can it be accomplished by the other two who are gone away; for one of them has more business than he can finish, in making enquiries respecting those who come and go, in giving answers to the questions which they propose, and in hearing and settling the disputes which are brought before him. Finally, Blockhead, on all occasions when we wish to transact any business, is he not the person who goes to the shops, to the fairs and

---

* According to Hindoo practice, cleanliness, or rather that particular cleanliness of person which is required by the law, and is called காசாகாரிதைக, consists in four particulars, viz. 1st, க்ஷௌரம், shaving; which is performed on every part of the body except the top of the head, the upper lip, which however is shaved with Brahmans, the arm from the elbow to the wrist, and the leg from the knee to the ankle. 2nd, அப்பியங்கம், anointment, or according to others, the bathing of the whole body, as opposed to கண்டஸ்நானம், a bathing or washing of the head as far as the neck. 3rd, தந்தாவனம், the care and cleansing of the teeth. 4th, நிர்மலவஸ்திரம், clean raiment.

to the villages? It is very true, therefore, that you must follow those occupations which constantly require your attention. For my part, am I not here doing nothing? I will place the egg in my lap, embrace it with my arms, cover it with the skirt of my cloth, hug it in my bosom, guard it with tenderness, and thus hatch it. It is enough if we do but produce the horse, we will not regard the trouble which is to be endured."

Whilst all this deliberation was taking place in the Mattam, Blockhead and Idiot, who had set out in the third watch with the rising moon, after a journey of more than two kādams* and a half, bent their course towards the mark which they had before seen and noticed, and arrived at the borders of the lake where there was an abundance of pumpkins† in fruit.

On perceiving this, being greatly delighted, they went to the countryman who was attending there and entreated him, saying, "Master, we earnestly conjure you to give us one of these eggs." He, in his turn, seeing their idiotism, said, "Hey-day! do you suppose yourselves fit to buy such high bred horses' eggs as these? They are very costly indeed." To this they replied, "Go to Master, do we not know that five pagodas is the price of them? Look ye, friend, take your five pagodas and give us a good egg." To this he answered, "You are, to be

---

* The Tamul kādam, காதம், differs in length in different parts. At Madras and its neighbourhood it equals ten English miles.

† Called சாம்பற்பூசணி, or ash coloured pumpkin.

sure, fine honest fellows. In consideration of your good qualities, I consent to give them to you at this price; select therefore an egg to your liking, and go your ways, but do not publish it abroad that you have obtained it at this easy rate." They both of them selected and took away a fruit which was larger than all the rest, and rising early the next morning, they set out on their journey just as the day was breaking.

Blockhead having carefully taken the egg and lifted it on his head, the other went before shewing the way, and while they were thus going along, Blockhead began to say, "Ay, ay, our forefathers have said, *they who perform penance, are forwarding their own affairs.* We have now seen the proof of this with our own eyes. This in truth is the profit which has accrued by the penance continually performed by our Gooroo. A high bred horse, which is worth a hundred or a hundred and fifty pagodas, we purchase and take to him for five." To which Idiot replied, "Needs this any reflection? Hast thou not heard the saying—*from pious actions* alone proceeds delight,*

---

* The Tamuls reckon thirty-two kinds of pious actions, some of which are sufficiently fanciful: these comprehend, however, if not all the possible varieties of charitable works, at least more than most people perform. Their enumeration is as follows. 1. The building hospitals for the poor. 2. Giving food to those whose employment is devotion. 3. Giving food to those who follow any of the six sects. 4. Supplying calendars or almanacks. 5. Furnishing remedies for the eyes. 6. Giving oil for the anointment of the head. 7. Associating with the female sex. 8. Marriage. 9. Sobriety. 10. Preserving the good works of another.

*all else is irrelevant and unworthy of praise.* From virtue, not only profit, but pleaure proceeds; except there be (virtue), all else will be misery and disgrace. Did not my father for a long time practise many virtues; and he found his profit and delight in the end, in having me born to him." To which the other replied, "Can this be doubted? *If you sow a castor oil tree, will an ebony tree be produced?** From good actions, good will proceed, from evil actions, evil."

---

11. Raising a shed where water may be furnished gratis to passengers. 12. Building a house, either of rest for passengers, or for some religious devotee. 13. Building tanks and repairing roads. 14. Planting trees. 15. Planting groves for the convenience of travellers. 16. Giving food to animals. 17. Giving money to preserve the life of any living thing whatsoever. 18. Erecting posts for cows to rub themselves against. 19. Giving food to prisoners or slaves. 20. Giving boiled rice for sacrifices. 21. Causing to make sacrifices. 22. Giving garments. 23. Furnishing provisions for a journey. 24. Furnishing Brahmans with the means of bearing the expense of assuming the sacred thread. 25. Pouring milk into the sacrificial fire. 26. Making gifts, more especially of money. 27. Giving quick lime to be eaten with betel leaf. 28. Paying for the barber employed in shaving another. 29. Furnishing remedies for diseases. 30. Giving drink to cows. 31. Furnishing a looking-glass. 32. Burning corpses. It would need a long commentary to explain the nature and value of these various good works. I confess myself unable to do so, but recommend that their merits should be made matter of conversation with the உபாத்தியாயர், or instructor, by those who study the Tamul language in India.

* The Latin Dictionary, a most valuable work by our author, which is now in course of publication at the College Press at Madras, in quoting this common proverb says, "æquivalet dicto, quæ quis seminat

Thus conversing, after they had walked along for a considerable distance, the pumpkin, from striking against the bough of a tree which was bent and hanging down, was dashed out of his hands, and suddenly tumbling upon some shrubs which were spreading in bushes below, cracked and fell to pieces.

Upon this, a hare which was sitting in the bushes started up and ran away. Taking the alarm, they cried out, "Behold! the horse's foal which was in the shell has run away;" and followed after to catch and seize it. Running, regardless of hills or dales, or woods or commons, the clothes which they had on became entangled in the thorny bushes, and were partly torn and partly detained. They continued the pursuit, with their flesh lacerated by the stumps which they trod on, their blood flowing in consequence of the thorns which stuck into them, their bodies all streaming with perspiration, their hearts beating, their two ears closed,* puffing and blowing with fatigue, and their bowels jolting; notwithstanding which, the hare was not caught, and they both fell down, wearied out and harassed with fatigue. In the mean

---

hæc et metet." Perhaps it approaches still nearer to the very forcible interrogatory with which our Saviour inculcates the same moral: "Do men gather grapes of thorns or figs of thistles?" Matt. vii. 16.

* This is the undoubted meaning of the text; but whether violent exertion would produce the effect described, I will not pretend to determine. The effects of violent love on the same organ, as described by Sappho, seem at least equally wonderful, if not quite similar; Οππάτεσσιν δ' οὐδὲν ὄρημμι, βομβεῦσιν δ' ἀκοαί μοι.

time the hare went on, and becoming concealed, so as no longer to be kept in sight, it ran away to a great distance. They too, regardless of their weariness, rose up, and with legs limping and wounded by thorns, stones and stumps, searched in every direction. Journeying in this afflicted condition, they suffered hunger and fasting all that day, and after sunset arrived at the Mattam.

When they entered in at the gate, they smote their mouths, crying, "Alas! alas!" and beating themselves, fell down. "What is it? What is it? What harm has come to you?" demanded the rest; who came, and, taking them by the hand, raised them up. After the two had related in detail all the circumstances that had happened, Blockhead spoke as follows: "O Sir, since the day that I was born, I never beheld so swift a horse as this: of an ash colour, mixed with black; in form and size like a hare, and a cubit in length. Although a foal* still in the nest, it pricked up its two ears, cocked its tail, which rose up the length of two fingers,† extended and stretched forth its four legs, and with its heart close to the ground, ran with a swiftness and impetuosity which can neither be expressed nor conceived."

---

* A foal, when first born, is called குட்டி; when somewhat grown, it becomes மறி, a colt: the term பத்சாரம் expresses the age of a full grown young horse; நடுபத்சாரம், that of a middle aged horse, and பழபத்சாரம், one much advanced.

† By "two fingers," is meant the breadth of two fingers, a finger's breadth being a measure in common use, and the word *length* applies to the tail.

Upon this they were all bewailing, when the Gooroo appeasing them, said, "True indeed, the five pagodas are gone, but however, it is well that the horse's foal is gone also; if whilst a foal it runs in this manner, when hereafter it shall become full grown, who will be able to ride upon it? I truly am an old man: a horse of this description, my friends, although it were presented to me gratis, I would not accept."

# THIRD STORY.

## OF THE JOURNEY WHICH WAS MADE, MOUNTED ON AN HIRED OX.

AFTER some time had elapsed, a necessity arose for performing a long journey. As they could not go so far on foot, they agreed for the hire of an ox without horns.* They settled to give for its hire, three fanams a day, and after one watch from sunrise had been employed in various affairs, they set out upon their journey.

It being a terribly hot season, as they travelled along, the rays of the sun darted directly upon them, and they found themselves in an open plain, without the advantage of a single tree or bush, and without either covering or shade. While they were thus jogging along, the old Gooroo, unable to endure the fierceness of the unrelenting heat, and bending like a green blade of corn, was in danger of falling off the ox. On perceiving this, his disciples laid hold of him and lifted him off, and, as there was no other shade, set him under the shadow of the ox, which they halted, and fanned him with their

* மொட்டைமாடு does not mean an ox, naturally without horns, but one whose horns were seared when they began to sprout, so as to prevent their growth.

cloths. After he had by this means been much revived, as a cool breeze sprang up, he re-mounted the ox, and travelling gently along, they arrived, before the day declined, at a little village where they halted.

No sooner had they entered into a small rest house there, than, on paying the ox-driver his three fanams, he asserted that it was not enough. "How is this," replied they, "is not this the daily hire that we originally agreed for with you?" To which he, objecting, vociferated, "It is true indeed, that for the accommodation of the ox, as a conveyance, this hire was agreed upon; but moreover, in the middle of the way, my ox afforded accommodation as an umbrella against the heat: must I not then have hire for this too?" They asserted that this was an imposition, and flying into a passion, opposed him and raised a great dispute. As the quarrel encreased, all the villagers who were passing to and fro, both men and women, assembled and formed a crowd. In the mean time a Padeiyāchi,* who was the justice, having appeased the fray; heard the dispute on both sides, and demanded of them whether they would abide by the decision which he should pronounce, and the judgment which he should give: after which he spoke as follows:

"I† myself once travelling home, put up one night at

---

* A certain caste of cultivators.

† This story, which, in other forms, is familiar to us in Europe, is derived from an oriental stock.

a large caravansara; where, besides lodging, they supplied, for money, those who frequented it with every thing that might be wanted in the way of food. I, however, as I had not enough for my travelling expenses, said that I needed nothing. They then transfixed upon an iron spit a large leg of mutton, for those who had arrived that day, which they roasted by turning it over the burning coals. This continued smoking with the heat, and the odour which it sent forth being very grateful, I thought that it would be nice to eat the bundlefull of boiled rice* which I had brought, with this savoury smell, and begged permission to be allowed to turn the spit for a little while. Thus, holding the rice over the smoke, I turned the spit with one hand, whilst with the other I fed myself with gratification at the savoury odour. Afterwards, when I was thinking of going, the master of the caravansara demanded payment for the odour which I had smelt. I asserted the injustice of his demand, and, both of us disputing together, we went before the head man of the village. Now he was a great Shastri, a very sensible man, extremely clever and much versed in the science of the law. Listen to the decision which he gave. 'For him who ate of the dish, the price is money, but for smelling the odour which issued from the dish, the price is the odour of money;

---

* A native of India, when travelling, seldom fails to provide himself with a cloth full of cold boiled rice, (கட்டுச்சாதம்). This, when moistened with the juice of a lime, or a little pepper-water, is sufficient to satisfy his moderate appetite.

this is my decision.' So saying, he called the master of the caravansara near him, and forcing a bag full of money down upon his nose, he chaffed and scrubbed it. The other cried out, 'O dear! O dear! my nose is coming off, I have had sufficient payment.' Do ye hear this? Is not this justice, is not this law? This very decision applies to you. For journeying hither on the ox, the proper hire is money, and for remaining in the ox's shadow, the shadow of the hire-money is sufficient."

However, as the sun was now set, having settled the sound of the money, as the hire of the ox's shadow, he suddenly seized on the ox-driver, and having repeatedly thumped the money-bag upon his ear, he cried out, "Do'st hear?" To which he replied, "O yes Sir, O yes Sir, I have heard it, indeed I have heard it, my ear is sore; enough father, of hire enough." The Gooroo also said, "What I have already suffered sufficeth me; I cannot endure this vexation, take away thy ox; the remainder of the journey is short, in the morning I will proceed gently on foot." So saying, he discharged him. Then, greatly praising and complimenting the Justice who had so well settled his quarrel, he gave him his blessing and dismissed him.

# FOURTH STORY.

## OF THROWING A FISH HOOK TO CATCH THE HORSE.

On the following day the Gooroo and his disciples dreading the heat, made ready as soon as the cock crew and set out on their journey. As they travelled at a slackened pace, before they had yet finished one kādam, finding that the heat began to scorch them, they halted in a cool grove. Whilst they were refreshing themselves there, Dunce retired to the fields,* and then went to wash his feet† in a neighbouring lake.

---

* This is one of several delicate forms of expression, the meaning of which will be at once perceived. The following are some others which should be borne in mind, in order to avoid mistaking the implied for the literal sense of the words. ஒன்றுக்குப்போறது, "to go for one purpose—இரண்டுக்குப்போறது, to go for two purposes—குளத்துக்குப்போறது, to go to the tank—வாய்க்காலுக்குப்போறது, to go to the channel—ஆற்றுக்குப்போறது, to go to the river—வெளியே போறது, to go out—கொல்லைக்குப்போறது, to go to the field.

† This expression is equally guarded as the former, and has an implied meaning which cannot be mistaken.

There was an Ayinār* temple upon its bank, in which there was a large horse of newly baked clay, which had been brought and deposited there in fulfilment of a vow. The lake being full of water, and the water clear, Dunce saw the reflection of that clay horse in the lake; and, astonished that a horse should stand in the water, as he perceived that it was of similar colour, size and appearance with the clay horse which stood on the bank, there arose a suspicion with him that it might perhaps be its reflected image which appeared below.

Just† then, however, the water becoming undulated and ruffled by a breeze that blew over it, the horse also which appeared in it was agitated, and as he perceived that there was no motion whatever in the horse on the shore, he became convinced that the horse in the water was separate and alive; moreover, as if to drive it away, he shouted out, and pelted it with a stone. With this, the water becoming more undulated, the horse also seemed to him to raise his head, to kick out his feet, and to leap with his whole body in trepidation. So taking alarm, he ran to the rest and related every thing that he had seen.

---

* Ayinār, அயனார் or அய்யனார்; called also அரிகரன் and சாத்தர், is the son of Vishnoo. His distinguishing weapon is the செண்டாயுதம், or club; his conveyance is a white elephant, whence he is called வெள்ளையானையூர்தி, and a cock is the ensign displayed in his banners, on which account he is intitled கோழிக்கொடியோன்.

† This story reminds us of that told of the Wise Men of Gotham, who raked in a pond for the Moon.

Upon this they all instantly arose and hastened to the spot, where, looking around them, they perceived the truth of what Dunce reported. They afterwards consulted* together how they should take it, but as none of them would consent to descend into the water and lay hold of it, after opposing, and rejecting several modes which one and another suggested, they at length determined, that it would be the best plan, by casting a hook, in the same way as one would catch a fish, to catch this also, and thus draw it ashore.

They made preparations by taking as a hook, a sickle that one of them had with him, and this they baited with a bundle† of boiled rice which they had brought, while for a line they took the turban that the Gooroo wore. In this manner, having thrust the sickle through the rice, they tied it with the turban, and threw it into the place where the horse made his appearance. By the great

---

* It is held that in consultation (ஆலோசனை) five circumstances (பஞ்சாங்கம்) are to be considered. 1st, கர்ம் போபாயம், the exterior means. 2nd, புருஷத்ரவிய சம்பத்தி, the fruits which we are to expect, and which should be among the following four: 1, தர்மம், good works; 2, அர்த்தம், riches, money or goods; 3, காமம், pleasures; 4, மோக்ஷம், paradise. 3rd, தேசகாலவிபாகம், the choice of time and opportunity. 4th, விபாந்நதப்ரதீகாரம், a foresight of what may be the objections and the answers to them. 5th, காரியசித்தி, determination as to whether the matter under consideration can and ought to be done.

† See the Note in page 73.

undulation of the water, from the impetus with which it plunged in, the horse also which appeared there, seemed as if seen to leap, to wriggle and to kick, in consequence of which they all took alarm and ran away. One of them, however, who had hold of the turban did not let it go, but remained with it in his grasp. After the waves of the lake had subsided, he drew softly near, and as he continued to troll the bundle of rice which had been cast in, some large fish in the lake bit at the cloth; perceiving signs of which, he beckoned the rest to him by a signal with his hand and cried, "Look ye! the horse is biting the bait." On drawing up the turban after a little while, the cloth and the rice were both gone, in consequence of which, the sickle which was fastened to the turban stuck in a large weed that was spreading out beneath the water. They all cried out with delight, "Now that the hook has stuck in the horse's mouth, he is our own:" then uniting together they pulled at the turban, which being an old one, it gave way, and they all at the same instant fell on their backs.

A good man coming up at the moment when they had thus tumbled down, asked what was the matter, and they related every thing as it had occurred. Upon this, he, perceiving their simplicity, veiled with a cloth the clay horse which was on the shore, and shewing them that the horse in the water was also thus hidden, he did away with the delusion.

They then pointed out the Gooroo, and related to the man, with every particular, how, from their not having money to purchase a horse, which was so absolutely necessary in consequence of his decrepid age, they had bought the egg of one; how it had been destroyed, and how they had suffered vexation on account of the hired ox. He, perceiving that they were well meaning folks, and without guile, had pity on them, and said, "I have a lame horse, an old one indeed, however, it will be serviceable for journeys of the description you make; fanam* or kāsoo is unneccessary, I give it you gratis. Come all of you to my house." So saying, he took them away with him.

---

* See the words பணம் and காசு in the Vocabulary. The latter word is usually pronounced *cash* by Europeans, but the Tamul orthography is used in the text, that the reader may not mistake it for an English word.

# FIFTH STORY.

## OF GOING HOME ON HORSEBACK.

THAT good man carried them away in the manner already mentioned to the village where he lived, which was in the neighbourhood. He was not a rich man;* he was indeed poor, but he was charitable; so he spread before them a repast, in which there was no lack of ghee, or milk, or tyer,† and gave them betel leaf‡ and nut,§ and tobacco, and whatever else was requisite in abundance.

---

* A rich man, திரவியவான். There are eight components, அஷ்டஐசுரியங்கள், which constitute திரவியம், or wealth: viz. தனம், money—தானியம், corn, that is, land—குமாரர், children—வஸ்து, goods or personal property—வாகனம், conveyances, horses, camels, elephants—வேநது, relations—சேணங்கள், friends, allies—அடிமை, slaves. From this enumeration it will, I think, be granted that the Hindoos have tolerably clear notions respecting the good things of this world. The eight pleasures or enjoyments of life, அஷ்டபோகம், are 1st, போசனம், eating. 2nd, வஸ்திரம், clothing. 3rd, கெநதம், odours. 4th, புஷ்பம், flowers. 5th, தாம்பூலம், betel and areka. 6th, பிரியமான பெண்சாதி, a beloved wife. 7th, சங்கீதகோஷ்டி, a band of musicians. 8th, பலாஉண, a couch of flowers.

† Milk curdled into a solid mass, by the addition of a small quantity of milk already curdled. It is usually eaten with rice.

‡ Piper Betel. § Areca Catechu.

On the following morning, he sent for the horse which was grazing in his fields, and setting it before the Gooroo presented it to him as a gift.* The horse, besides being aged, was blind of an eye, shorn of an ear, lame in one of his fore legs, and limping† in one of the hind legs: so that it was a conveyance suitable to the woeful form of the Gooroo. Although such his plight, they were all greatly delighted that they had got a horse, and that it had been obtained gratis. Gathering around, they lavished on it their caresses, this one patted it, that one laid hold of a leg and twisted it, one seized the tail and pulled it, another wiped its eyes, while another fed it by cramming grass into its mouth.

After this, on searching for the horse's trappings, he who had made them a present of the horse gave them an old saddle which was torn. However, as it wanted the hind-strap (crupper) which passes under the tail, they procured some pālei-kodi‡ stalks and tied them on: so likewise, as there was no rein to the bridle, they sub-

* This may seem somewhat tautological, but the word கொடுத்தான், *he gave*, does not necessarily imply that the object presented was a free gift; therefore the word காணிக்கை, a present or gift, is likewise expressed. Thus in Virgil,

> Est mihi disparibus septem compacta cicutis
> Fistula, Damœtas *dono* mihi quam *dedit* olim.

† The text is பின்கால்நொட்டிக்காலும். I am not acquainted with the word நொட்டி; but am inclined to think it a mistake for நொண்டு, lame or limping, from நொண்டம், lameness.

‡ See the words பாலை and கொடி in the Vocabulary.

stituted twisted hay bands. After they had given themselves much trouble to obtain a belly band and girths, not being able to procure them, Blockhead went to a village in the neighbourhood, and purchased both these and a martingale.

When all the trappings had been thus obtained, the unlucky* days were passed over, and at a fortunate moment, according to the rules of astrology, all the village having come forth in company with them, shouting out and cheering, they placed the Gooroo Noodle on horseback at the head of the procession. Then, one of the five disciples laying hold of the bridle pulled forward. One placed near the tail, hooted, and drove the beast on. Two of them at the two sides, keeping hold of the Gooroo's legs, supported him; while another in front, acting as herald,† cried, "Take ye care, take ye care, look out, look out;" and thus they went along.

---

* If the 12th day of the Moon's age fall on a Sunday, the 11th on a Monday, the 5th on a Tuesday, the 2nd on a Wednesday, the 6th on a Thursday, the 8th on a Friday, the 9th on a Saturday, these days are accounted unlucky. On the contrary, if the 8th fall on a Sunday, the 9th on a Monday, the 6th on a Tuesday, the 3rd on a Wednesday, the 9th on a Thursday, the 13th on a Friday, the 14th on a Saturday, these days are esteemed lucky. In general, the 1st day of the moon's age, the 4th, the 6th, the 8th, the 9th, the 11th, the 12th, the 14th and the 15th, are esteemed unluckly, unless their ill luck be corrected by the day of the week according to the above table. On the contrary, the 2nd, the 5th, the 7th, the 10th and the 13th, are esteemed lucky.

† See Dubois' Work, page 67.

After they had travelled merrily along for a considerable distance, the collector of toll belonging to the highway came running up, and stopping them, demanded five fanams for the horse. To this they replied, by crying out, "What! toll for a horse ridden by a Gooroo! Has this any thing to do with commerce? This forsooth is a horse given by a person out of charity, who perceived that owing to his decrepid age he was unable to go on foot: what toll is there for this? 'Tis an injustice." As he would not quit his arrest, even until it was high noon, seeing no other way, they gave the five fanams. The Gooroo, too, reflecting that if he had been without a horse, this vexation would not have been occasioned, was in great tribulation.

They went to refresh themselves in a choultry which was near, and to a good man whom he found there, the Gooroo himself began making great complaint. "I never," said he, "mounted a horse from the day that I was born. Now to-day, on the occasion of my riding for the first time, this is the injustice which I have experienced. Shall the money which they thus wickedly obtain, like thieves who unlawfully take possession of the road, do them any good? Shall not the money, which they consume* my belly by receiving, become a fire to them?"

---

* வயிறெரிய is a phrase, which translated literally signifies "the belly to burn," or "be in a burning state," but which means, also, "to be very hungry," or to "grieve." In the original, there is a kind of *double entendre*, therefore, which does not admit of translation, arising from the two-fold meaning of the phrase.

To which the other replied, "This, Sir, is the temper of the times; in these days, money is the Gooroo, money is the deity; we have heard it said of old, that *if you but name money, even a corpse will open its mouth.* Now-a-days, Sir, there is no other care or love but money." The Gooroo answered, "In these times there are some, who if they see money, though it be in ordure,* will not scruple to lick it out." Said the other, "Is there any doubt of this? And even that, Sir, doth not stink to them: listen to an evidence of this.

"A certain king,† from a desire of money, after he had imposed upon his kingdom all sorts of taxes which had not existed before, levied a tax also upon urine. This, even his own son not enduring, he remonstrated with his father, saying that it was shameful to demand such a stinking tax. The king, however, dismissed his son without making a reply. After many days had elapsed, and the money had been collected for the tax which had been

* The ordure of different animals has different names, which it is proper to bear in mind. The general term is கஷ்டம்—that of the ox and buffalo is called சாணி; சாணகம், or சாணங்கம்—that of the elephant and of the horse, லெத்தி—of birds and lizards, எச்சம்—of goats and sheep, பிழுக்கை—of the domestic fowl, கோழிக்காஷம்—of man, உலெத்தியம், மலம். The above are terms of decency, but the word பீ, so often used by people of low caste and education, is to be avoided as grossly vulgar.

† This is the well known story of Vespasian and Titus, which the Author has artfully introduced in illustration of his subject.

imposed, the king, sending for his son, desired him to smell that money:. 'Does it stink?' demanded he. The son, not thinking of any ulterior meaning, said it smelt well enough; upon which the king replied, 'This is the very money from the urine tax.' Dost hear me? It is enough, if the money but comes; it is no matter, Sir, how it comes."

After they had in this manner passed the day in much conversation, in the evening the Gooroo again mounted the horse, and when they had travelled along they halted in a hamlet. They did not tether the horse, but turned him out to feed at night, and when they went in the morning to seek him for their journey, he was not to be found. On entering and searching from house to house, a person had detained him tied up in his enclosure, and when they requested that he would give him up, he replied, "The whole thirty hours* of the night he has been feeding on my grain, by which as I have suffered much injury, I will positively not let him go." Upon this the chief of the village went himself to him; but although he endeavoured to appease him, both by entreaties and threats, he said that he would agree to give him up, only on condition that the damage should be made good. A number† of persons assembled, who having enquired into the injury which had been done by the grazing, and having estimated what had been trodden down and what

---

* See Note in page 52.

† Literally, four persons; but the number is used in an indefinite sense.

had been fed off, pronounced that there was a damage of ten fanams, or at least, that there was a damage of eight fanams. In the end, however, an agreement was made for four fanams; which the man having received, gave up the horse.

As for the Gooroo, being greatly distressed, "Wherefore have I this horse?" said he, "how many expenses, how many sorrows, how many degradations have been incurred in consequence of its coming; all this, my friends, is ill befitting my dignity." So saying, he resolved firmly to go on foot. Upon this both his disciples and the village folk cried, "Fie, fie, this ill beseems you, besides, you are unable to walk on foot." Then a certain Valloovan* hearing all this, said, "You need not grieve, Sir. Undoubtedly all these calamities have come upon you, from the sin which has possessed the horse. If you, once for all, will incur an expense and give me five fanams, I will cast out and remove that sin." Reflecting, that "*if one fears expense, business cannot be done,*" they consented to give the money, and told him to cast out the sin.

Then the Valloovan, in order to deceive them, performed several ceremonies, plucked some green leaves, sprinkled them over the horse, screamed out, "Moona! moona! ah! oh!" And having performed circumgyrations round him, he came thrice to the right, and after patting and stroking the horse from the tail to

* See the word வள்ளுவன் in the Vocabulary.

the head, seized hold of the single ear. "In this very ear," said he, "all the sin is lodged. It was in order to cast out such a sin as this, that the other ear was heretofore cut off. Now, if we cut off this also, the sin of the present day will be suppressed and stayed." With this, having sharpened a chopper, they cut off the ear, and in a trice bore it to a distance, in order that the sin might not attach to any one. They then dug a deep pit, buried it, and covering it with earth, placed a mark there and came away. As all that day was consumed, on the following morning they departed, and after having suffered much trouble arrived at the Mattam.

# SIXTH STORY.

## OF THE BRAHMAN'S PROPHECY.

After their arrival at the convent, the Gooroo was very much out of spirits. The gift-horse was a very defective horse, yet it was a great happiness to him that it had come without purchase; still, however, harping and harping upon the sorrows and misfortunes which had happened on the road on account of the horse, he continued to suffer great anxiety of mind: so, assembling his disciples, he began to give them divers sage counsels. "Brethren, I perceive every day more and more, that all the pleasures of the world are false pleasures. Good unmixed with evil, a sweet unmixed with bitter, and joy unmixed with sorrow, are here unattainable. Alas! alas! were we not greatly delighted, that, through civility, we had obtained a horse without paying for him? Ye have witnessed the sad misfortunes which visited us, and, on that very day, immediately followed this good fortune. Must we swallow so much bitterness, in licking up one drop of honey? Ah! even the grain of fine rice* is

* சாலிகெந்நெல், is a superior kind of rice.

within its husk, and to fruits* of every kind there is a skin and a stone.† All this is indeed true; nevertheless, the evil which I have endured within the space of one day is extreme. It is certainly not befitting me to go about riding on horseback. Shall I have the audacity to go in opposition to the destiny above? No, no. It will be proper, then, hereafter to send the horse back again." To this all the disciples with one accord replied, "This must not be; this must not be. Do not talk so, Sir. Is this a horse which you have purchased? Is this a horse which we have sought? No indeed, it is a horse which came of itself, as a providential assistance; did it not? If we send it back, it will be to go in opposition to the divine will; will this be proper? This will, indeed, be a sin, Sir. Besides this, there is nothing to excite alarm, now that that Valloovan has cast out the sin which had got possession of the horse."

By their stating at large, this, as well as many other reasons, the Gooroo himself having recovered his spirits, said, "Be it according as you have said; however, in order that the mishap which we met with the other day, may not occur in future, it will not do to turn the horse out to feed at night, but we must positively keep him tied

* In the acceptation of the word கனி, *fruits*, nuts of different sorts and plantains are not included; so that the saying is precisely true in the original, though not in the translation.

† In two cabs of dates there is one cab of stones and more.

*A Hebrew Proverb.*

up in-doors, and I do not know of any place for that purpose." Then, said Simpleton, "What need of consideration for this? I will go now directly and cut some Banian branches, and bring them, and in a moment I will construct a neat stable up in the corner."

The instant that he spoke, he set out, and ascending a large spreading Banian tree which was by the road side, he began to cut* with an axe a straight branch which projected. He, however, stood at the end, and chopped the part next the trunk; which a Brahman traveller who was coming along the road having perceived, cried out, "Ho! brother,† do not stand in this manner, you yourself will fall together with the branch." To this he replied, "Comest thou with this evil boding to me?" With that he hurled at the Brahman a knife which he kept sheathed at his waist. Whilst the other thinking, "Let this fool learn by suffering," retreated and made his escape.

---

* This adventure will remind the reader of that admirable stroke of satire in Hogarth's engraving of an Election: where a foolish fellow sits at the extremity of the Crown sign-post, and saws the portion on which he is supported. Our Author wrote before Hogarth's time, but the idea is very ancient; for, as I learn from an eminent Sanskrit Scholar, it is contained in an anecdote related of Kālidāsa.

† The terms அய்யன், a father; அப்பன், a father; அம்மாள், a mother; தம்பி, a younger brother, &c. are frequently used, in familiar address, among persons who are not related to each other; for the Tamuls follow the rule of Erasmus, "Senes, ignotos adolescentulos filiorum cognomento salutant; adolescentes vicissim illos patres aut Dominos." In Greek, this idiom is common: thus, 'Eξ αὐλᾶς ὦ μᾶτερ; *Theocrit.*; and it is probably to be found in all languages.

As for Simpleton, he chopped away, still standing in the same manner in which he had stood before, so that when the wood was more than half cut through, it broke, and he himself fell down with it. "Am! am! ma!" exclaimed he, "that Brahman is a great Shāstri, a mighty Prophet; it has happened just as he predicted." So saying, he quickly rose up, and ran to overtake the Brahman. This latter, perceiving him running all on a sudden towards him, stood in terror, doubting what this senseless wild beast might do. Simpleton, approaching, made him a reverence, and said, "Sir, you are a great Shāstri, pray prophecy for me yet once more; I am a disciple of the Gooroo Noodle, for whom I have a great affection. As he is of a decrepid age, I am fearful that he will die in the course of a short time. Do pray now, for my comfort, tell me at what period his end will be, and what will be the signs that will appear previously to it."

The Brahman in order to effect his escape, made various excuses; but, as the other would not quit him, he at last said, "*Āsanam shītam jīvana nāsham.*" "What is this Sir? pray tell me its meaning," asked the other importunately. The Brahman replied, "On whatsoever day your Gooroo's posteriors shall become cold, it will be a sign that his death is at hand."

So Simpleton, having made obeisance,* departed, and dragging the branch which he had cut to the Mattam,

* Obeisance, நமஸ்காரம். See Dubois' Work, page 207.

related circumstantially all the particulars that had passed. The Gooroo upon this was very sorrowful, and thus spoke. "It cannot be asserted that the said Brahman is not a great Shāstri, for every thing immediately happened to thee, exactly as he had foretold. In like manner, the prophecy which he has pronounced and sent to me, must be infallible. *Āsanam shītam jīvana nāsham*, is a true saying. For the future, great care will be requisite: my feet* must never be washed, and for the rest—God's will be done."

---

* The force of this expression has been already adverted to. The literal meaning of the words would be inapplicable, but the implied sense has direct reference to the Prophecy.

## SEVENTH STORY.

### OF FALLING OFF THE HORSE.

After the circumspection, which has been mentioned, had been for some time used, they set out upon a tour from village to village; impelled by the consideration, that should they travel around the district, the disciples might collect their money, but that in the Mattam no income could be realized.

One day, when they were on their return to the Mattam, as the Gooroo was jogging along on horseback, his turban happened to fall off behind him, in consequence of encountering the branch of a tree which hung downwards.* Thinking that the disciples had picked it up, after he had travelled on quietly for a considerable distance, he asked them, "Where is my turban? please to

* The roads, in India, are not unfrequently lined with Banian trees, whose wide spreading boughs, covered with thick foliage, afford a welcome shade to the traveller. From these boughs, the largest and lowest of which are horizontal, numerous roots are suspended, which in time reach the ground and become new trunks. They may with truth be said to hang downwards; an expression, which would scarcely apply to the bough of any other tree.

give it me." They replied, "It is yonder, and probably lies on the spot where it fell." Upon which he grew angry, and said, "Is it not necessary to pick up every thing that hath fallen?" So Idiot immediately ran off, and as he was bringing along the fallen turban which he had picked up, he placed in it some dung loosely evacuated by the horse (for he had been feeding on the commons, upon grass that was green in consequence of some showers of rain which had fallen that night), and delivered it into the Gooroo's hand.

He then became exceedingly enraged, crying out, "Fie fie." To this they all with one accord, replied, "How is this, Sir? Did you not deliver your instructions before, saying, that every thing which fell was to be picked up; and now, because Idiot acts according to those instructions, you fly into a passion; wherefore is this?" As for the Gooroo, he replied, "Not so. There are some things which it is proper to pick up, and others which it is improper to pick up. You should act with some shew of sagacity." To this they replied, "We are not men so clever as all that." So they requested that he would write down, separately, such things only as they were required to pick up, and these he wrote accordingly.

After this, in travelling along, the ground being slippery and wet, the lame horse, which tottered as it went, tripped and fell down, and the Gooroo tumbling head downwards and feet upwards into a large hole which was near, roared out for help, and cried, "Pray run and pick me out." The disciples ran to him, and one of them taking out the cadjan,* which he had before written and given to them, began to read thus: "To pick up a fallen turban†—to pick up a fallen waist-cloth and short cloth—to pick up a fallen jacket and drawers." Thus the Gooroo lay there

---

* A name, probably of Portuguese origin, used by Europeans at Madras to signify the leaf of the Palmyra tree. (See the word ஓலை in the Vocabulary.) The languages of Southern India are usually written, or rather engraved, on this material.

† The articles of clothing (உடுப்பு) among the Tamuls are few and simple; though their names, some of which are synonymous, and others expressive of differences in manufacture, colour and other circumstances, are extremely numerous. It seems probable, that anciently they wore no sewn garments, and that the jackets now so much in use among the higher classes of citizens, and the boddices worn by dancing women, as well as females of the higher orders, were introduced by the Mussulmans on their conquest of the country. To this day, those who, residing far from towns, and following rural occupations, are less disturbed in their observance of the customs of their ancestors, wear none but long unsewn cloths, in the precise state in which they come from the loom; and in none of the Ancient Sculptures of Southern India, are either jackets or boddices to be found, the men or gods being represented naked, and the women being furnished with a broad ornamented belt, which passes horizontally across the breasts and under the arms. The turban is likewise of modern introduction and partial use; Brahmans, with the exception of those who hold official situations, seldom wear it, and many other classes, more especially in the country, go bare-headed even in the hottest weather. The genuine dress of the men, therefore, consists of the கோமணம், a cloth which delicacy absolutely demands, and which is the only covering worn by the labouring classes—the சோமன், a cloth of 8 cubits in length, which is passed several times around the waist and between the legs, thus entirely covering the lower half of

naked, while they went over each article, one by one, according as it was read out, and notwithstanding all his entreaty and all his rage, because this was not written in the cadjan, they persevered in refusal, saying, "Sir, where is it written that you are to be picked up? shew us. We will do exactly according to what is written; but we will never consent to do that which is not written." He, perceiving their obstinacy and seeing no other way of

---

the person—the வேஷ்டி, a cloth, of 4 four cubits length, which is usually carried over one of the shoulders and is occasionally used to cover the head—the துப்பட்டி, a cloth, of from 19 to 20 cubits, which envelops the upper part of the person. Perhaps the சல்லடம், a sort of short trowsers reaching half way down the thigh, and worn by soldiers and athletæ, may be also of ancient origin. To these we may annex the modern additions, of the தலைப்பா, or turban, of 30 cubits length—the சட்டை, or linen vest, which fits the body in the upper part and has a full skirt, and the உடை, or trowsers worn by dancers.

The true dress of the women is a single cloth of 14 cubits in length, called சேலை or புடவை. By dexterity in the art of wrapping this around the waist, and bringing the end over the shoulder, the females in India form as elegant and modest a dress as that made with so much labour, and adjusted with so much art, by the fair sex in Europe. The use of the needle and scissars, therefore, which some seem so anxious at the present time to teach them, would prove at best but a needless art. It might even be morally hurtful, because those additional articles of clothing which require to be made up, are principally used by courtezans, and those whose subsistence depends on decoration of person. These wear, under the புடவை, the ரவுக்கை, or boddice, already observed to be of Mussulman origin, and the உடை, which are loose drawers or trowsers.

escape, took a cadjan and a stile, and wrote, in the place where he was lying, "And if I fall you are to pick me up."

His disciples, when they saw what was written, all, with one accord went and picked him up. As his body was entirely covered with mud, because there was muck in the hollow into which he had fallen, they washed him in some water which was at hand; and, afterwards, having put on all his clothes as before, they seated him on the horse and conveyed him to the Mattam.

## EIGHTH STORY.

### OF THE INTERMENT OF THE GOOROO.

FROM the great alarm and bustle, on the occasion when he fell and lay in the hole, no one called to mind the prophecy which the Brahman had previously made. It was only after having again mounted on horseback, that the Gooroo himself, perceiving that his posteriors were cold, grew sorrowful. Nevertheless, he refrained from saying any thing, until their arrival at the Mattam.

Owing to the shock of falling at his decrepit age, he could obtain no sleep that night, but tossed about restlessly, and suffered great tribulation from the thoughts of the above-mentioned prophecy. Not allowing himself to suppose, that the pain which agitated his frame and caused his restlessness, arose from the fall from the horse into the pit; he was confirmed in the notion, that it doubtless all proceeded from his approaching death, occasioned by the coldness of his rump. With this thought he was distracted and terrified within himself during the whole night, and unable to close his eyes even for a single instant, he groaned frequently, and, urged by the unsettled state of his mind, he afterwards at break of day sent for his disciples.

On their coming to see him, they were greatly alarmed to perceive, that his countenance was changed; that his two eyes had sunk in their sockets; that his face was withered and shrivelled, and that over it there was a pale hue mixed with brown; that his mouth was without moisture; his speech confused, and that he stared as it were upon vacancy. Then, fetching a deep groan, he exclaimed, "O! my brethren, place me in the sepulchre and perform the rites of burial to my corpse." "How is that, Sir?" demanded they in terror. "How is that!" replied the Gooroo, "have ye then forgotten the words, *Āsanam shītam jīvana nāsham.* In the pit, into which I fell yesterday, there was much water and mud, in consequence of which my rump became wet. Nevertheless, owing to the mishap which then took place, this did not occur to me. I afterwards perceived that my posteriors were very cold, and I thought upon the shāster which the Brahman had pronounced. Accordingly, I have experienced pain of body and uneasiness during the whole night, nor have I obtained the least sleep, so that I am become fully sensible that my death is approaching. Further deliberation is needless, ye will speedily prepare for my interment."

They too, on thinking of that augury, were terrified; but although terrified,* they did not disclose, but sup-

---

* அஞ்சினார்கள் அஞ்சினாலும், *they were terrified, but although terrified.* This repetition, though somewhat redundant, adds force to the disjunction. Thus also in the following passage:

> 'Ορᾷς; φρονεῖς μὲν εὖ, φρονοῦσα δ', οὐ θέλεις
> Παῖδάς τ' ὀνῆσαι, καὶ σὸν ἐκσῶσαι βίον.
>
> *Eurip. Hippolytus*, line 313, 314.

pressed their inward alarm, and administered every species of consolation in order to tranquillize the Gooroo's mind. Perceiving, that notwithstanding all that they could say, the tribulation of his mind was not appeased, they sent for one named Asangadan (the mocker), the son of Achēdanamoorti (the irrational), who had formerly been the soothsayer of the village, and took him to cast out the evil spirit which possessed their Gooroo, and to comfort his mind. After he had heard all the circumstances which had previously occurred, Asangadan came, and, with eyes, mouth and nose, convulsed (by his grimaces), demanded, "What is the matter with you, Sir? Say, what ailment has come upon you, what pain, what grief, what affliction? My Gooroo! my Master! my Father!" To all this the Gooroo made no other answer, except the sentence, *Āsanam shītam jīvana nāsham.* Then the other replied, "Very well then, that Brahman has asserted, forsooth, that a coldness of your rump will be your destruction, and I will cause the heat of his rump to be his destruction. Point me out that Brahman, I will perform rice-beater Pōōjei* upon him, and thus cast out and put an end to all the evil which has happened through his means. Point him out immediately, point him out."

"Is there," said the Gooroo, "such a pōōjei, as rice-beater pōōjei? I have never seen or heard of such a pōōjei; tell me what it is." To this, Asangadan began

* See the word பூசை in the Vocabulary.

to reply, saying, "This sort of pōōjei is certainly a pōōjei which is not to be found among the Oodsameiyams,* or Poorrachchameiyans. Listen attentively.

"There was a merchant† who was a great worshipper of Shivan; and who, from his desire to give food daily to Pandārams,‡ used to invite them to a meal wherever he met them. He had no children, and as for the wife whom he had married,§ it being a great plague to her to dress and serve rice in this manner daily for one or two Pandārams, her husband's way of going on was by no means agreeable to her; nevertheless, as she knew that if she said any thing to her husband on this subject he would not brook it, she hit upon a stratagem. One day,

---

* See the words உட்சமயம் and புறச்சமயம் in the Vocabulary.

† The Brahmans hold, that of the four castes, namely, Brahmans, Warriors, Merchants and Cultivators, only the first and last remain in the present age, or Kaliyoogam. Those, however, who hereditarily follow commerce maintain, as might be expected, a contrary doctrine, and assert themselves to be true வைசியர், or Merchants. There are, according to native authority, three distinct occupations, வைசியர்த்தொழில், allotted to this general caste. 1st, கோக்களைக்காத்தல், guarding or keeping cattle. 2nd, மாப்பொருளீட்டல், to exercise commerce. 3rd, ஏர்த்தொழில்செயல், following agricultural labour.

‡ An account of the Pandārams will be found in the Abbé Dubois' Work, page 66.

§ *Literally*, whom he had bought.

the merchant being in the bazar, he called a Pandāram* whom he met and said to him; 'Sir, I mean to distribute alms in my house to-day;' and, as the other accepted the invitation, he added, 'I am busy in the bazar just now; do you yourself go to my house, give notice to my wife, and wait until I arrive.' The Pandāram went away blithely, and delivered the merchant's message to his wife. To this she, perceiving that he was one who had never been there before, replied, 'Very well; please, Sir, to remain here.' So saying, she spread a mat upon the bench of the house. She then immediately proceeded to sweep the court thoroughly, sprinkled it every where with cow dung, purified her feet and hands, and then with much solemnity took in her hands the beater† for pounding rice. She then rubbed it all over with ashes, and

---

* Les riches idolâtres s'estiment heureux et croyent que leur maisons sont remplies des benedictions du ciel, lorsq'ils ont pour hôtes quelques-uns de ces Faquirs, qu'ils honorent d'autant plus qu'ils font plus d'auteritez.

*Tavernier. Voyages*, 1676, Paris, Partie 2nde, Ch. vi.

† To deprive the rice of its husk, which is a domestic office assigned to the females of the family, a long pestle (உலக்கை), or rather staff, made of ebony or some other heavy wood, and shod with iron, is employed. The rice called, when in the husk, *Paddy* (அரிசி), is collected into a heap upon a hardened floor, or sometimes in a hollow in the ground, and two women usually work together. They stand opposite to one another with the heap between them, and each receives and raises the instrument with the left hand, and then forces it down again violently with the

having smeared herself also, laid the rice-beater in the middle of the court, and prostrating herself three times before it, muttered some incantations. When she had pronounced these, she wiped the rice-beater again, and placed it where it had been before. The Pandāram, who had been watching all this, was greatly astonished, and said, 'I have now witnessed wonders which I never to this day beheld. Pray, Dame, what sort of pōōjei is this?' To this she replied, 'This is a kind of pōōjei peculiar to the deity of our caste.' She added, speaking in a low tone, as if talking to herself, 'You will hereafter understand it well; for, on your going to enter the house,

---

right, giving it a slight inclination forwards, so that it may easily be caught by the left hand of the opposite party. As the rice becomes dispersed, it is pushed back into the centre with their left feet, causing a side movement; whence results a constant though slow revolution around the heap. This work, as indeed every other kind in India, which is performed by more than one person, and admits of adaptation to musical measure, is accompanied by a song.

From a consideration of the above custom, it seems to me not unlikely, that the operation referred to in the following passage of the Proverbs, ch. xxvii. 22, may have been that of clearing grain of the outer husk, and not that of pounding it into flour: "Though thou shouldest bray a fool in a mortar, among wheat with a pestle, yet will not his foolishness depart from him." Which may mean, "Though you should endeavour to separate him from his follies, as you separate wheat from its husk, by pounding, you would not succeed." This explanation seems the more probable, from the frequent allusion throughout the Scriptures to grinding wheat in mills, which were undoubtedly of the same kind as the hand mills used in India. Vide Exod. xi. 5, Judges xvi. 21, Matt. xxiv. 41, Isa. xlvii. 2.

it will be completed* on your head.' Although she thus spoke, yet just as she intended, it caught the Pandāram's ear. 'Have I not providentially escaped with my life,' thought he: so as soon as the merchant-woman had entered into the house, without making a noise, he effected his escape. No sooner was he gone, than the merchant came, 'Where, hussey, is the Pandāram whom I sent?' demanded he. She replied, 'He is a pretty Pandāram—is he not?—whom you have sent this time. As soon as he arrived he asked me to give him the rice-beater; to which I replied, the merchant will be here immediately, I must not give it you without his permission; stay a little. So saying, behold how I spread the mat for him; but he, without listening to me, instantly broke away.' The merchant answered, 'Not so, hussey, whatever Pandārams may ask, you have my consent to give them.' So saying, he took the rice-beater in his hand, and went out in the street to seek the Pandāram and give it him. The Pandāram, in order to see the end of the affair which was about to happen, remained crouched in an alley in the street, and when he spied the merchant coming with his rice-beater, 'See, see, he is coming to close the pōōjei upon my head,' thought he, and so he took to his heels. The merchant too, ran in pursuit of him, crying out, 'Pandāram, Pandāram,' while he encreased his speed

---

* உன்றலைமேலேமுடிக்கப்படும், *it will be completed on your head.* Τελευτάσεταί τι καινὸν δομόις, *Something new will be completed in your family.* Eurip.

more and more; till, in the end, the merchant unable to run any longer in consequence of being advanced in age, and having a pot belly, returned to his own house. Such is rice-beater pōōjei, and destruction will no more come upon you, Sir, than will the Brahman's posteriors become heated, if I accomplish it upon his back."

Upon this the Gooroo Noodle laughed, and said, "It is with reason that they call you Asangadan (the mocker), for you are always cracking your jokes." The other perceiving that the Gooroo laughed, left off banter and again took up the discourse. "Sir, the words which the Brahman spoke are according to truth, indeed; but it is necessary to understand the meaning of them rightly. True it is, that if a coldness be perceived in the posteriors, it is a sign of death; but it will be as he asserted, only when the rump grows cold without any extraneous cause. You fell into water and mire: if upon this your posteriors became cold, is it any great wonder? It would in that case be a wonder if they did not grow cold. Now, therefore, abandon this chagrin. For the future, if, without sitting down in mire, or falling into the water, or without any other extraneous cause, you perceive the *Āsanam shītam*, then you may infer that the *jīvana nāsham* is nigh at hand. Except in so far, all else, Sir, is nonsense." What Asangadan said, penetrated into the Gooroo's mind, and it appeared to him like reason; therefore, having brightened up a little, he arose, and began to eat, and to talk, and to go about from place to place.

After but a very few days had in this manner passed; one night, during his sleep, there fell incessantly a heavy shower of rain. In consequence of this, a dripping of water from the roof fell upon the Gooroo's bed, directly close to his posteriors; notwithstanding which, it was unknown to him from his being asleep. After the rain, and with it the dripping, had ceased, the Gooroo having rolled in his sleep, lay slumbering with his rump immediately upon the wet which had fallen. By the coldness thus produced, he suddenly awoke; and perceiving that his rump was exceedingly cold, he became convinced that now there was no extraneous cause whatever to produce the cold, and that the period of his death was arrived.

The disciples, also, without perceiving any external origin for the coldness, supposed that even the coldness of the bed proceeded from the frigidity of the Gooroo's rump, and thought, therefore, that this was the time of the fulfilment of the Prophecy. The people of his caste, also, who came to visit him, as they were possessed of about as much sense as themselves, coincided in all that was said: while the Gooroo uttered no other answer to those who came, but, "Now, without failure, *Āsanam shītam jīvana nāsham.*"

Unable to sustain the encreased depression of spirits, and the diminution of bodily strength, which in this manner he suffered from day to day, he one day fell into a swoon. Upon this they all made lamentation;

and placing their hands upon their heads,* began to weep and to howl, crying out, "Alas! alas! he is deceased, he is dead!" And, after performing the ceremonies appertaining to burial, they proceeded to bathe him.

For this purpose, having filled brimful of water a large trough which was in the Mattam, they tossed the supposed corpse into it, and having pressed him down, a number of them with one accord began to rub and to wash him. When thus washed, he recovered from the swoon; but being unable to draw breath in the water, and incapable of making any signs with his hands and feet, which they squeezed together, the Gooroo Noodle perished, through their stupidity, by the hands of these idiots.

Upon this, a great multitude having assembled, they placed him in a sitting posture in a litter adorned with flowers, and raising him up, they crowded together before, behind, and at the sides. Whilst his disciples came and carried him along, chanting thus, *Āsanam shītam jīvana nāsham*; and, having placed him in the grave, they buried him.

---

* This method of shewing affliction was customary among the Jews: thus, "And Tamar put ashes on her head, and rent her garment of divers colours that was on her, and *laid her hand on her head*, and went on crying." 2 Sam. xiii. 19. See also Jerem. ii. 37.

# VOCABULARY.

# VOCABULARY.

அ, *interj.* expressive of admiration.

One of the indicative letters (சுட்டெழுத்து) being the contracted form of the demonstrative pronoun, அந்த. Used in composition as *alpha privativa.* ANDERSON'S GRAMMAR, Part 1 of Section 60.

அஆ, *interj.* expressive of admiration.

அஓ, *interj.* expressive of mystery.

அகப்படுகிறது—ட்டேன்—டுவேன், *v. n.* (*compounded of* அகம், the interior, and படுகிறது, to undergo), to be laid hold of, to be taken, to be found, to come into possession. A. G. Sect. 107.

அகடு, *sub.* what is interior, the belly.

அகோரம், *sub.* (घोरं) horror, fierceness, fervency, vehemence of the wind—of a fever.

அக்கினி, *sub.* (अग्निः) fire, the god of fire; who is also the guardian of the S.E. quarter.

அங்கலாய்க்கிறது—ய்த்தேன்—ய்ப்பேன், *v. n.* to be straitened, to be in distress, to be afflicted, to shew great sorrow or compassion.

அங்கே, *adv.* there, thither.

அசங்கதம், *sub.* (अ *privative,* and संगतं) falsity, derision, disdain, contempt.

அசங்கதன், *sub.* a mocker, a derider.

அசனம், *sub.* (अशनं) food, nourishment, a meal.

அசாரம், *written better,* ஆசாரம், *sub.* (आचारं) custom, fashion, politeness, urbanity.

அசூயை, *sub.* (असूया) suspicion, envy.

அசேதனம், *sub.* (अ *privative,* and चेतना) irrationality, folly.

அசைகிறது—அசைந்தேன்—அசைவேன், *v. n.* to shake, to move, to stir; *Lat.* labare.

அசைக்கிறது—அசைத்தேன்—அசைப்பேன், *v. a.* to shake, to move, to jog; *Lat.* labefacere.

அஸ்தமானம், *sub.* (अस्त:) the setting of the heavenly bodies, especially the sun: the evening.

அஸ்தமிக்கிறது—மித்தேன்—மிப்பேன், *v. n.* *the sun* to set.

அஞ்சு, *written better,* ஐந்து, *adj.* five; *marked thus,* ரு.

அஞ்சுகிறது—சினேன்—சுவேன், *v. n.* and *a.* to fear, *governs a dative:* as, கோவிற்பூனை தேவர்க்கஞ்சாது, "The church cat fears not the gods." A Proverb: corresponding with, "Familiarity breeds contempt."

அஞ்ஞாயம், *sub.* (अ *privative,* and न्यायं) injustice, imposition, wrong, impropriety.

அடக்குகிறது—க்கினேன்—க்குவேன், *v. a.* to cover up, to bury, to include, to conceal, to restrain.

அடா, *interj.* of address to inferiors; more especially in expression of anger or contempt, fellow! sirrah!

அடி, *sub.* a stroke, a blow; ஐந்தடி, five blows. A foot; *synonymous with* கால்: *thus,* அடிபணிகிறது, to prostrate one's self at the feet, to worship any one. A footstep;—with எடுக்கிறது, to watch footsteps;—with பிடிக்கிறது, to detect footsteps: *thus,* வந்தகள்ளனடியெடுக்கப்போ, go and watch the footsteps of the robber who is come: *the person returning says,* அடியைப்பிடித்தேன், I found out or traced his footsteps. A shoe: *as,* மிதியடி, a sandal; the sole of a shoe: *as,* இந்தச்செருப்புக்கெத்தனையடிபோட்டிருக்கிறது, how many soles, or rather layers of sole, are there in these sandals? A foot measure: *thus,* மத்தியானத்துக்கெத்தனையடி, how many feet (as measuring the length of a man's shadow, a common mode of ascertaining time in India) does it want of noon? A pace: *thus,* அப்பாலேநாலடி போகுமுன்னேயகப்பட்டான், he was taken before he had gone four paces hence: *thus also,* அடிக்கடி, frequently, *passim.* The foot of a tree, the trunk: *thus,* எனக்குமரத்தடி போதும், the trunk of the tree is sufficient for me;—the foot of a mountain: *thus,* மலையடிப்பட்டி, a town at the foot of a mountain: அடிவாரம், *also signifies* the foot of a mountain. *Synonymous with* கீழே, under: *thus,* மரத்தடியில்

யிருந்தேன், I was under the tree. *Synonymous with* கிட்ட, near: *thus*, என்வீடுகோவிலடியிருக்குது, my house is near the temple; *hence* அடிச்சேரி, a suburb, *i. e.* a village near a city. *Synonymous with* ஆதி, the beginning: *thus*, அடியிலேகதையைத்துவக்கு, commence the story at the beginning; *hence* அடிக்கடை, *signifies* the first shop in a market. A foundation: *thus*, அடியோடேவீடுவிழுந்தது, the house hath fallen from its foundation. The floor of a room: *thus*, அடியிலேமண்டிக்கிடக்கும், there will be dirt on the floor;—*sometimes* the dirt itself: *thus*, அடிகிடக்கட்டும், suffer the dirt to remain. The base of a vase: *thus*, பாத்திரத்துக்கடியொவ்வாது, the base does not suit the vase. A base thing: *thus*, அடிச்சரக்கு, base goods. A line of a stanza: *thus*, இந்தப்பாட்டுக்கெத்தனையடியுண்டு, how many lines are there in this stanza? An interjection of familiar address to females; used especially by a husband to his wife, by a father to his daughter, by a son to his mother, and by women to each other; considered indecorous, however, as coming from an indifferent person.

அடிக்கிறது—டித்தேன்—டிப்பேன், *v. a.* to strike; *used metaphorically with* மழை, rain, to rain;—*with* காற்று, wind, to blow;—*with* சாட்சி, evidence, to cite a witness. To slay (not with a sword but) with a club: *thus*, ஆட்டையடித்தான், he slew the goat. *In this sense the compound verb* அடித்துப்போகிறது *is often used.* அடித்துக்கொள்ளுகிறது, to beat one's self; *also* to wrangle with another; *in which latter sense it governs an ablative in* ஒடு: *thus,* என்னோடேயடித்துக்கொள்ளாதே, do not wrangle with me. அடித்துவிழுகிறது, to cast one's self on the ground through excess of grief.

அடிப்படுகிறது—பட்டேன்—டுவேன், *v. p.* to be beaten.

அடுத்தாப்போலே, *used adverbially: comp. of* அடுத்தால், *conjunct. form from* அடுக்கிறது, to be near, and போலே, *q. v.* near, as if touching. A. G. Part 2 of Sect. 100.

அடுப்பு, *sub.* an oblong hole in the ground to contain a fire for culinary purposes, a stove, an oven, a forge.

அடைகிறது—டைந்தேன்—டைவேன், *v. a.* and *n.* to obtain, to get; to resort to; to be enclosed.

அடைக்கிறது—டைத்தேன்—டைப்பேன், *v. a.* to close, to stop up, to shut in, to lock up.

அடைகாக்கிறது—காத்தேன்—காப்பேன், *v. a.* to sit on (eggs), to hatch.

அடையாளம், *sub.* a mark, a sign; *metaph.* a proof.

அணுகிறது—கினேன்—குவேன், *v. n.* to draw near, to approach.

அணைக்கிறது—அணைத்தேன்—அணைப்பேன், *v. a.* to unite, to embrace; to quench, to extinguish.

அண்டுகிறது—டினேன்—டுவேன், *v. n.* to approach.

அண்டை, *sub.* vicinity, proximity; *adj.* near.

அதட்டுகிறது—டினேன்—ட்டுவேன், *v. a.* to reprimand, to rebuke, to hoot at.

அதிகம், *adj.* (अधिकं) more, larger, very large; *used adverbially*, more. A. G. Part 5 of Sect. 151.

அதிகமதிகமாக, *adv.* more and more.

அதிகாரன், *sub.* (अधिकारः) one in office, in authority or power.

அதிகாரம், *sub.* (derived as the preceding) an office or duty.

அதிகாலம், *sub.* (अति and कालः) the early morning; *used adverbially with the emphatic affix* எ, *signifies*, betimes, in the early morning.

அதிசெயம், *sub.* (अतिशयः) a wonder, a miracle, admiration.

அதிருகிறது—ர்ந்தேன்—ருவேன், *v. n.* to tremble, to quake, to start up.

அதிர்த்தி, *written vulgarly*, அதிர்ச்சி, *sub.* (अधृति) a tremor, a quivering, a shock or concussion.

அதில், *local ablative of the pronoun* அது, *sometimes signifies*, in the mean time.

அது, *rem. demons. pron. n.* it, that thing. A. G. Part 1 of Sect. 59.

அத்தம், *sub.* (अर्द्धं) the middle, the half.

அத்தராத்திரி, *sub.* (अर्द्धरात्रः) midnight.

அத்தனை, *adj.* so many; *Lat.* tot, quot, tantum, quantum; *sometimes it has the force of* adeo: *as*, நீயத்தனைமடையனோ, adeone stupidus es?

அத்தாட்சி, *sub.* (अध्यक्षः) evidence, proof by example.

அபகீர்த்தி, *sub.* (अपकीर्त्तिः, *from* अप and कीर्त्तिः) disgrace, infamy.

அபத்தம், *sub.* (अबद्ध, *from* अ *neg.* and बद्ध) vanity, falsehood; *adj.* vain, false.

அஹபயம், *spelt also,* அபயம், அஹவயம் and அவயம், *sub.* a shout, a cry—usually of supplication for mercy or protection.

அப்பபா or அப்பப, *interj.* of admiration, of affliction.

அப்பா or அப்ப, *vocative case of* அப்பன், *used as an interj.* of admiration; also as an expression of good will in addressing one of inferior rank, but advanced age.

அப்பன், *sub.* a father.

அப்பால், *properly a sub. comp.* of அ *for* அந்த, that, *and* பால், a part; *generally used with the emphatic affix* ஏ, *as an adv. signifying,* apart, beyond, further, furthermore. A. G. Parts 1 and 2 of Sect. 154.

அப்புறம், *properly a sub. comp. of* அ *for* அந்த, that, *and* புறம், a part; *generally used as an adv. signifying,* on the further side, then, further, moreover. This word is perhaps derived from the *Sanscrit* अपर, opposite. A. G. Sect. 154.

அமத்துகிறது, *more correctly,* அமர்த்துகிறது—ர்த்தினேன்—ர்த்துவேன், *v. a.* to appease, to allay, to assuage; to prepare; to seat; to find.

அமருகிறது—ர்ந்தேன்—ருவேன், *v. n.* to settle, to subside, to grow still or quiet, to be suppressed; to agree; *Lat.* convenire; to be found or obtained.

அமுக்கிறது, *sync. for* அமுக்குகிறது—க்கினேன்—க்குவேன், *v. a.* to press down, to squeeze, to crush, to crowd together, to immerse; *metaph.* to oppress.

அமுழுந்துகிறது, *more correctly,* அமிழ்ந்துகிறது—தினேன்—துவேன், *v. n.* to sink, to go to the bottom, to be drowned.

அம்மமா, *written also,* அம்மம்மா, *interj.* of admiration.

அம்மாள், *sub.* a mother; *also* a honorific affix to proper names of women, *as* மரியம்மாள்; used in the vocative as a respectful title of address to any matron.

அம்மாத்திரம், *sub. comp. of* அ *for* அந்த, and மாத்திரம், quantity; (मात्रा) so much, so much and no more; *Lat.* tantum, quantum: *declined through all cases.* A. G. Parts 1 and 2 of Sect. 151.

அயம், *see* ஆயம்.

அரிவாள், *sub.* a sickle, a large cutting instrument of any kind.

அருகு, *sub.* the edge of any thing, the hem or border of a cloth; vicinage, proximity of dwelling; in the last sense it is used either in the local ablative or in the nominative, with the emphatic affix ஏ.

அரும்பு, *sub.* a bud.

அரை, *sub.* the middle, the waist; *adj.* half.

அலட்டுகிறது—டினேன்—டுவேன், *v. a.* to importune, to entreat earnestly, to tease.

அலறுகிறது—அலறினேன்—அலறுவேன், *v. n.* to cry, to weep aloud, to bewail.

அலுவல், *sub.* business, occupation.

அலை, *sub.* a wave, a billow, a ripple.

அலைகிறது—அலைந்தேன்—அலைவேன், *v. n.* to undulate, to fluctuate, to be unsteady or wavering.

அல்லாமல், *negat. vineiyech. from the defect. verb,* அல்ல; beside being, except it be. A. G. Part 3 of Sect. 102.

அல்லோ, *sync. for* அல்லவோ, *the defect. v.* அல்ல, *with the affix* ஓ; is it not so? no? *Lat.* nonne? yes! yes! A. G. Part 4 of Sect. 142 and Note.

அவகாசம், *sub.* (अवकाश) ability, means, possibility, leisure.

அவசரம், *sub.* (अवसरः) necessity, opportunity, haste arising from necessity; a good action; an important service.

அவசியம், *sub.* (अवश्य) infallibility, certainty, absolute necessity; *adj.* true, certain, infallible.

அவதி, *sub.* (अवधिः) a boundary, a term, the fixed period of life; a strait or difficulty; *Lat.* angustia.

அவள், *rem. pron. demons. f.* she, that woman. A. G. Part 1 of Sect. 59.

அவன், *rem. pron. demons. m.* he, that man. A. G. Part 1 of Sect. 59.

அவனவன், *a reduplication of the pron.* அவன்; each one, every one; *Lat.* unusquisque.

அவிழுகிறது—அவிழ்ந்தேன்—அவிழ்வேன், *v. n.* to be loose, to become untied, to be detached.

அவிழ்க்கிறது—ழ்த்தேன்—ழ்ப்பேன், *v. a.* to untie, to loosen.

அவையம், *see* அபையம்.

அழம், *see* ஆழம்.

அழலுகிறது—ழன்றேன்—ழலுவேன், *v. n.* to be hot, to burn, *whether naturally, or metaphorically, as* with anger.

அழற்றுகிறது—ற்றினேன்—ற்றுவேன், *v. a.* to set fire to, to burn.

அழுகிறது—ழுதேன்—ழுவேன், *v. n.* to weep.

அழுக்கு, *sub.* dirt, filth, ordure, moral impurity.

அழுந்துகிறது—ந்தினேன்—ந்துவேன், *v. n.* to be wedged in (être enfoncé), to grow fast, firm or compact; *used adverbially in the infinitive, to imply force or firmness: as,* அழுந்தவுரைக்கிறது, to rub forcibly; அழுந்தத்தைக்கிறது, to nail fast.

அழைக்கிறது—ழைத்தேன்—ழைப்பேன், *v. a.* to call.

அழைப்பிக்கிறது—பித்தேன்—பிப்பேன், *v. causal,* to call by means of another person, to cause to call.

அளவு, *sub.* a measure, a definite quantity. A. G. Parts 1 and 3 of Sect. 151.

அறம், *sub.* virtue, charity, a benefaction.

அறிகிறது—றிந்தேன்—றிவேன், *v. n.* to know, to recognize, to understand; to be collected.

அறுகிறது—ற்றேன்—றுவேன், *v. n.* to cease, to be cut off, to be broken.

அறுக்கிறது—றுத்தேன்—றுப்பேன், *v. a.* to cut, to break; to complete (an account); to kill; to reap; to pluck fruit or flowers.

அறுந்துபோகிறது—னேன்—வேன், *v. n.* to be cut off, to break in pieces.

அறுபது, *num.* sixty; *marked thus,* ௬௰.

அறுவர், *deriv. sub.* six persons, male or female.

அறைகிறது—றைந்தேன்—றைவேன், *v. a.* to slap (the cheek), to smite, to beat home (a nail).

அர்சனை or அர்ச்சனை, *sub.* (अर्चना) worship, adoration, consecration.

அர்த்தம், *sub.* (अर्थः) signification (of a word or sentence); midnight; wealth.

அர்ப்புதம், *sub.* (अपुर्व) a wonder, a miracle, admiration.

அற்றைக்கூலி, *sub. comp. of* அற்றை, *adj. from* அன்று, then, that day, and கூலி, hire; daily hire or wages.

அவிகிறது—விந்தேன்—விவேன், *v. n.* to go out, to be extinguished.

அனுஷ்டானம், *sub.* (अनुस्थान) ceremonies, sacrifices and pious exercises, *chiefly those of the Brahmans.*

அனுதினம், *adv.* (अनु and दिनं) daily, every day; generally used with the affix உம்.

அனுபவிக்கிறது—வித்தேன்—விப்பேன், *v. a.* (अनुभव) to experience, whether joy or sorrow.

அனுப்புகிறது—பினேன்—புவேன், *v. a.* to send, especially a person.

அனேகம், *sub.* (अनेक) numerousness, abundance; *adj.* many, numerous, long *as applied to time.*

அன்பு, *sub.* affection, love.

அன்றி, *vineiyech. of the def. v.* அல்ல, besides, *syno-*

*nymous with* அல்லாதே, இதன்றியே. *It governs a nom. or acc. case* (A. G. Part 3 of Sect. 102), *and used in the commencement of a sentence with the emphatic affix* ஏ, *it signifies* moreover.

அன்று, *sub.* that day, on that day, then; அன்று தொட்டு, from that day forwards.

அன்று, *3rd pers. sing. pres. from the root* அல்; it is not, no; implying particular negation. A. G. Sect. 80.

ஆ ஆ, *interj.* (आ अ) expressive of grief or compassion—of admiration—of consent.

ஆகிறது—ஆனேன்—ஆவேன், *sub. v.* to be, to become; to be of service to; to prosper; to be completed; to become celebrated. A. G. Sect. 104.

ஆகிலும், *conj. mood, from* ஆகிறது, *q. v. with the affix* உம்; although, nevertheless, either, or, at least. A. G. Part 5 of Sect. 104.

ஆகக்கொள்ள, *comp. of the infin.* ஆக *of the verb* ஆகிறது, *and the infin.* கொள்ள *of* கொள்ளுகிறது, *used conjunctively*; because, this being so. A. G. Part 2 of Sect. 98.

ஆக்கிறது—க்கினேன்—க்குவேன், *v. a. sync.* for ஆக்குகிறது; to make; to dress victuals (faire *la cuisine*). A. G. Sect. 104.

ஆக்கும், *3rd pers. n. fut. from* அக்கிறது, *q. v. used as a particle which, affixed to the last word of a sentence, implies a doubt, as* நாளைக்குவருவானாக்கும், he will perhaps come to-morrow; *but, affixed to a word in the middle of a sentence, implies certainty, as*

இதாக்கும்புண்ணியம், this is certainly virtue. A. G. Part 1 of Sect. 104.

ஆசனம், *sub.* (आसनं) the rump, a seat, a throne, the seat or skin on which devotees sit: as, சிங்காசனம், the seat of lion's skin; வியாக்கிராசனம், the seat of tiger's skin; கிருஷ்ணாசனம், the seat of deer's skin.

ஆசனோஷ்ணம், *comp. sub.* (आसन and उष्ण) heat of the rump.

ஆசாரம், *sub.* (आचारः) urbanity, politeness, good manners, usage.

ஆசீர்வதிக்கிறது—தித்தேன்—திப்பேன், *v. a.* (आशिस्) to bless, to bestow a blessing on.

ஆசை, *sub.* (आशा) eagerness, desire, hope.

ஆச்சா or ஆச்சாமரம், *sub.* a kind of tree resembling ebony: (Diospyros Ebenaster, *Kœnig.*).

ஆச்சரியம், *sub.* (आश्चर्यः) surprise, admiration, a wonder, a miracle.

ஆடு, *sub.* a sheep, a goat; *the latter is usually distinguished as* வெள்ளாடு, or the white sheep, though the propriety of this name is not shewn by the actual want of colour which it implies.

ஆடுகிறது—டினேன்—டுவேன், *v. n.* to dance, to balance one's self, to vacillate, to have play as an elastic pole moved by the wind, to gesticulate; *with such words as signify water,* to bathe.

ஆட்டம், *verbal sub.* dancing, movement in general, the motion of any thing which plays or vibrates; *used adverbially, with the infin.* ஆக, *it signifies* after the manner of: as, வெறியனாட்டமாகப் பேசுகிறாய், you talk like a drunken man.

ஆண், *sub.* a male, whether applied to man or other animals.

ஆண்டவன், *deriv. sub. from* ஆளுகிறது, to govern; a ruler; *commonly*, the Lord.

ஆபத்து, *sub.* (आपत्तिः) calamity, affliction, danger.

ஆமணக்கு, *sub.* the castor oil shrub: (Ricinus communis).

ஆம், *sync. for* ஆகும், *3rd pers. n. fut. from* ஆகிறது, *q. v. used as a particle of particular affirmation;* yes, it is, it may be. A. G. Part 3 of Sect. 104.

ஆயக்காரன், *deriv. sub. from* ஆயம், *q. v. and* காரன் (कारः); an agent or doer, a tax or toll-gatherer.

ஆயம், *sub.* (आयः) a toll, a road tax.

ஆயத்தம், *sub.* preparation.

ஆராட்டம் or ஆனாட்டம், *sub.* restlessness, the delirium of a sick person; contention, wrangling.

ஆல் or ஆலமரம், *sub.* the Banian tree: (Ficus Indica).

"Les Francs l' appellent *l' arbre des Banianes*, parce qu' aux lieux ou' il y a de ces arbres, les Idolâ—tres vont se mettre dessous et y faire leur cuisine."

*Tavernier.* 2de Partie, livre 3me. *Paris*, 1676.

ஆலோசனை, *sub.* (आलोचन) deliberation, counsel, consideration.

ஆவல், *sub.* desire, appetency.

ஆழம், *sub.* depth, profundity.

ஆறாவது, *deriv. sub.* the sixth thing; *also an ordinal adv.* sixthly. A. G. Part 4 of Sect. 137.

ஆறு, *sub.* a river.

ஆறு, *num.* six; *marked thus,* ௬.

ஆறுகிறது—ஆறினேன்—ஆறுவேன், *v. n.* to grow soft, to be mollified, to console one's self, to take comfort.

ஆறுதல், *verbal sub. from* ஆறுகிறது, *q. v.* consolaton, recovery from fatigue; *Lat.* refrigerium.

இங்கே, *adv.* here, hither.

இடம், *sub.* a place, a house, accommodation; *used with the infin.* ஆக, *or vineiyech.* ஆய், *signifies,* instead of. A. G. Part 4 of Sect. 97.

இடுகிறது—இட்டேன்—இடுவேன், *v. a.* to afford or give, to do or act, to furnish, to apply; to fetch (a sigh). A. G. Part 2 of Sect. 109.

இடை, *sub.* the waist or middle.

இதாவது, *pron.* this thing. A. G. Part 5 of Sect. 117.

இது, *n. prox. demons. pron.* this (thing). A. G. Part 1 of Sect. 59.

இதோ, *comp. of* இது, *q. v. and the particle* ஓ, (A. G. Part 1 of Sect. 142) *interj.* behold! *interrog.* is it this?

இத்தனை, *adj. comp. of* இ *for* இந்த *and* தனை, a measure; so much, thus much, this quantity.

இத்தன்மை, *sub. comp. of* இ *for* இந்த, *and* தன்மை, manner; so, thus, in this manner; *generally used adverbially, with the infin.* ஆக, *or the emphatic affix,* ஏ.

இந்த, *prox. pron. adj.* this. A. G. Sect. 60.

இப்படி, *sub. comp. of* இ *for* இந்த, *and* படி, a measure; so, in this manner; used as an *adv.* A. G. Part 4 of Sect. 153.

இப்படிக்கொத்த, *used adjectively, comp. of* இப்படிக்கு, *and* ஒத்த *from the defect. v.* ஒக்கும், it is equal; like this, such like; *Lat.* hujusmodi. A. G. Sect. 77.

இப்படிப்பட்ட, *used adjectively, comp. of* இப்படி, *q. v. and* பட்ட *from* படுகிறது, to undergo; such. A. G. Sect. 107.

இப்பொழுது, *sub. used adverbially, comp. of* இ *for* இந்த, *and* பொழுது, time; now, the present time. A. G. Part 2 of Sect. 152.

இப்போ, *adv. comp. of* இ *for* இந்த, *and* போ *put by apocope for* பொழுது, *q. v.* now, at present. A. G. Part 2 of Sect. 152.

இப்போது, *sub. used adverbially, comp. of* இ *for* இந்த, *and* போது *for* பொழுது; now; used also in the *dative,* இப்போதைக்கு, with the same force. A. G. Part 2 of Sect. 152.

இரங்குகிறது—ங்கினேன்—ங்குவேன், *v. n. used with such words as signify the mind,* to be moved with pity, to feel compassion, to be tender-hearted.

இரண்டு *num.* two: *marked thus,* ௨.

இரத்தம், *sub.* (रक्त) blood.

இரவு, *sub.* the night.

இராத்திரி, *sub.* (रात्रिः) night.

இராமாறு or ராமாறு, *adv. comp. of* ரா, night, *and* மாறு, *implying succession of time, being the root of* மாறுகிறது, to be changed; during the night, every night, all night. *The root* மாறு, *is also added to* பகல், the day, காலம், the morning, *and* அந்தி, the afternoon, *with the sense of* every: as, காலமாறு, every morning.

இரு, *adj.* two; used only in composition.

இருக்கிறது—ருந்தேன்—ருப்பேன், *sub. v.* to be, to exist, to be alive; to remain; to be seated: it is the auxiliary verb used in forming compound tenses. A. G. Sect. 89.

இருப்பிடம், *sub. comp. of* இருப்பு, *verbal sub.* state, *and* இடம், a place; the place of dwelling; a basis, a seat, the breech.

இருப்பு, *adj. from* இரும்பு, iron; made of iron.

இருளுகிறது—ருண்டேன்—ருளுவேன், *v. n.* to be dark.

இரை, *sub.* food, prey, bait to catch animals or fish.

இரைக்கிறது—ரைத்தேன்—ரைப்பேன், *v. n.* to make a roaring, rumbling or murmuring noise; to breathe with difficulty, to wheeze.

இலவசம் or இலவைசம், *sub. used adverbially with* ஆக or ஆய்; gratis.

இலை, *sub.* a leaf.

இல்லாவிட்டால், *conj. form, used adverbially,* otherwise. A. G. Part 4 of Sect. 102.

இல்லை, *v. defect.* it is not. A. G. Sect. 80 and 102.

இவன், *prox. demons. pron. m.* he, this man. A. G. Part 1 of Sect. 59.

இழுக்கிறது—இழுத்தேன்—இழுப்பேன், *v. a.* to draw, to drag, to bring by force.

இளைப்பாறுகிறது or இளைப்பாறுகிறது—றினேன்—றுவேன், *v. n. comp. of* இளைப்பு, fatigue, *and* ஆறுகிறது, *q. v.* to repose, to rest after fatigue, to be refreshed.

இளைக்கிறது—இளைத்தேன்—இளைப்பேன், *v. n. often used comp. with* போறது; to grow thin; to be wearied.

இளைப்பு, *sub.* fatigue, weariness, faintness.

இறக்கிறது—றக்கினேன்—றக்குவேன், *v. a. sync. for* இறக்குகிறது; to cause to descend, to lift off, to lay down, to unload, to disembark.

இறங்கிறது—றங்கினேன்—றங்குவேன், *v. n.* to descend, to alight, to disembark, to take up quarters; to drip down.

இறுக்குவார், *sub. comp. of* இறுக்கும், what may be tied tight, *and* வார், a thong; a girth.

இனி, *adv.* hereafter, for the future, henceforward.

இனிலோகம், *sub. comp. of* இனி, *q. v. and* லோகம், the world; the future world.

இனிப்பு, *sub.* sweetness.

இன்பம், *sub.* pleasure, delight; more especially of a sensual kind.

இன்றி, *vineiyech. from the defect. v.* இல்லை; without. A. G. Part 3 of Sect. 102.

இன்று, *sub.* this day, on this day, now.

இன்னம், *adv.* yet, still, more; *Fr.* encore.

இன்னான், *deriv. sub. from the pron. adj.* இன்ன; such an one; *Lat.* talis.

ஈரித்திருக்கிறது, *v. n. the vineiyech. from* ஈருகிறது, *with the auxiliary v.* to be moist; *Lat.* madeo.

ஈரம், *sub.* moisture, humidity.

ஈனம், *sub.* diminution, defect, lack; ignominy, vileness; objection.

உச்சரிக்கிறது—ரித்தேன்—ரிப்பேன், *v. a.* (उच्चार) to utter, to pronounce, to say.

உச்சி, *sub.* (उच्च) the summit of any thing, the zenith.

உச்சிமத்தியானம், *sub.* (उच्च and मध्याह्नः) high noon.

உடம்பு, *sub.* the body; *sometimes* the trunk only.

உடல், *sub.* the body of a man; the external body, *as opposed to* குடல், the entrails.

உடன், *sub. generally used adverbially with the emphatic affix* ஏ; immediately, quickly. For the use of this word as an *affix, see* A. G. Part 2 of Sect. 149.

உடுப்பு, *sub.* clothes, clothing.

உடைகிறது—உடைந்தேன்—உடைவேன், *v. n.* to break, crack or fall to pieces; to be ruptured.

உட்சமயம், *sub. comp. of* உள், within, *and* சமயம், a sect; (समयः) a certain sect.

"Secte interieure, c'est a dire qui place dans le corps humain les lettres misterieuses ந, ம, சி, வ, ய. Ces sectes sont *six:* வாமம் ou வாம்மம், ஐச

வம், பாசுபதம், மகாவிரதம், களா முகம் ou காளமுகம் ou காளாமுகம் et வயிரவம்.

உண்டு, *v. defect and impers.* there is, it is; it is true; *Lat. est* pro habeo. A. G. Sect. 81, and Part 3 of Sect. 104.

உண்டுபண்ணுகிறது, *v. a. comp. of* உண்டு, *q. v. and* பண்ணுகிறது, to make; to create; to feign.

உதவுகிறது—தவினேன்—தவுவேன், *v. a.* to assist, be serviceable to; *in a neut. sense,* to be useful.

உதைக்கிறது—தைத்தேன்—தைப்பேன், *v. a. from* உதை, the heel; to kick, to recoil.

உதயம், *sub.* (उदय:) the rising of any heavenly body, especially the sun.

உத்தமம், *sub.* (उत्तमं) the best thing, the most excellent thing, perfect goodness: *used adjectively,* high, excellent, true, genuine, upright, perfect.

உத்தரம் or உத்தாரம், *sub.* (उत्तरं) an answer; permission, leave.

உத்தியோகம் *sub.* (उद्योग:) an office, employ, situation.

உத்துப்பார்க்கிறது, *or more properly,* உற்றுப் பார்க்கிறது—ர்த்தேன்—ர்ப்பேன், *v. a. comp. of the vineiyech.* உற்று, *which seems to imply,* perfection or completeness, *when added to certain verbs, and* பார்க்கிறது, to see; to stare at, to regard stedfastly.

உபகாரம், *sub.* (उपकार:) civility, favour, benefit

உபாயம், *sub.* (उपायः) a stratagem, an artifice, an expedient, a means of success against an enemy.

உப்பு, *sub.* salt.

உமி, *sub.* the husk of rice or other grain, coarse bran.

உம், *oblique case plur. of the prim. pron.* நீய, your; frequently used honorifically for the singular. A. G. Part 1 of Sect. 57. For the use of உம் as an *inseparable affix, see* A. G. Sect. 140.

உயரம், *written also,* உயர்வு and உசரம், *sub.* height, elevation.

உயிர், *sub.* life, the soul; a vowel.

உருட்டுகிறது or உறுட்டுகிறது—டினேன்—டுவேன், to roll, to trundle; *Lat.* volvere.

உருளுகிறது—ருண்டேன்—ருளுவேன், *v. n.* to roll, to have a revolving motion.

உரைக்கிறது—ரைத்தேன்—ரைப்பேன், *v. a.* to chafe, to bray, to rub to powder; *Lat.* terere.

உலக்கை, *sub.* a rice-beater or stamper: being a long staff made of heavy wood and shod with metal.

உள்ளாகிறது—ஆனேன்—ஆவேன், *v. a. comp. of* உள், within, and ஆகிறது, to become; to be subject to, to be amenable to; to be admitted to; to intermeddle with.

உளுக்காருகிறது—கார்ந்தேன்—காருவேன் *v. n.* to sit down.

உள்ளது, *past part. from the def. v.* உண்டு; which hath. For its use as an *attributive adjunct, see* A. G. Sect. 55.

உள்ளுடை, *sub.* drawers, under trowsers.

உள்ளு *sub.* an inward part; *used with the emphatic*

*affix* எ, *as a post position, it signifies* within; *used adjectively, signifies* inner. A. G. Sect. 148.

உறவு, *sub.* friendship, affinity, relationship, consanguinity.

உனக்கு, *dat. case of* நீ; to thee. A. G. Sect. 57, and 61.

உன், *oblique form of* நீ; thy. A. G. Sect. 57, and 61.

ஊதியம் or ஊதிபம் or ஊதிகம், *sub.* profit, gain.

ஊரான், *deriv. from* ஊர், a town; a villager, a townsman, a countryman.

ஊர், *sub.* a town, a village, a district.

ஊழியம், *sub.* office, function, work, service, menial employment.

ஊற்று, *sub.* a source, a spring.

ஊன்றுகிறது—ன்றினேன்—ன்றுவேன், *v. n.* to lean upon a stick for support; *v. a.* to dig holes in the earth for setting plants or sowing seeds.

எங்கும், *adv. comp. of* எங்கு, where, *and the affix* உம்; every where.

எச்சரிக்கை, *sub.* care, caution, circumspection; used in exclamation by way of warning.

எடுக்கிறது—டுத்தேன்—டுப்பேன், *v. a.* to take, to carry or bear, to bring forward, to raise; to assume.

எண்ணுகிறது—ண்ணினேன்—ண்ணுவேன், *v. n.* to reckon, to estimate, to esteem, to think, to imagine; to honour, to respect.

எண்ணிக்கை, *sub.* number, estimation; honour. This word resembles the Latin word *ratio*, in its twofold meaning of *number* and *respect.*

எதிர்க்கிறது—ர்த்தேன்—ர்ப்பேன், *v. a.* to oppose, to resist, to advance against.

எது, *interrog. pron.* what thing? A. G. Part 1 of Sect. 59.

எத்தனை, *adj. comp. of* எ *for* எந்த, *and* தனை, a measure; how many, how much; *Fr.* combien.

எப்படியாகிலும், *adv. comp. of* எப்படி, how, *and* ஆகிலும், although; however, by any means whatsoever; *Lat.* quocumque modo.

எப்போதும், *adv. comp. of* எப்போது, when, *and* உம்; always. A. G. Part 4 of Sect. 140.

எரிகரும்பு, *sub. comp. of* எரி *for* எரியும், burning, *and* கரும்பு, cane; firewood.

எரிகிறது—ரிந்தேன்—ரிவேன், *v. n.* to burn.

எரிக்கிறது—ரித்தேன்—ரிப்பேன், *v. a.* to burn.

எரிகோபம், *sub. comp. of* எரி *for* எரியும், burning, *and* கோபம், wrath, (कोप:); a great passion, a fiery rage.

எல்லாம், *sub.* and *adj.* all. A. G. Note to Page 29.

எல்லாரும், *sub. comp. of* எல்லார், all, *and* உம்; all, *masc. Lat.* omnes. A. G. Note to Page 29.

எவன், *interrog. pron.* who? A. G. Part 1 of Sect. 59.

எவ்வளவு, *adv. comp. of* எ *for* எந்த, *and* அளவு, a measure; how much? *Fr.* combien. A. G. Part 3 of Sect. 151.

எழுகிறது—ழுந்தேன்—ழுவேன், *v. n.* to rise, to get up.

எழுபது, *adj.* seventy; *marked thus,* எய.

எளிது, *adj.* docile, facile, easy.

எறிகிறது—எறிந்தேன்—எறிவேன், *v. a.* to throw at, to pelt.

எறிக்கிறது—எறித்தேன்—எறிப்பேன், *v. n.* to burn, to shine with heat.

என்கிறது—என்றேன்—என்பேன், *v. n.* to say, to be named, to be called. A. G. Sect. 103.

என்றதைப்பற்றி, *comp. of the verbal* என்றது, *and* பற்றி, *vineiyech. from* பற்றுகிறது; *literally,* having considered what is said, in consideration of which.

என்றிருக்கிறது, *v. n. comp. of* என்று, *q. v. and* இருக்கிறது, *q. v.* to think, to be thinking of; to be about to do; to be for or on the part of.

என்று, *vineiyech. from* என்கிறது; having said; *frequently used as a conjunction,* that. A. G. Part 1 of Sect. 103.

என்ன, *pron. adj. also used adverbially,* what? it admits of declension. A. G. Part 1 of Sect. 60, and Part 2 of Sect 62.

ஏது, *sub.* (हेतुः) a cause, an origin.

ஏது, *adv.* what! why!

ஏத்துகிறது, *see* ஏற்றுகிறது.

ஏந்துகிறது—ந்தினேன்—ந்துவேன், *v. a.* to lift up in the arms, to carry in the hands.

ஏய்க்கிறது—ய்த்தேன்—ய்ப்பேன், to cheat, to deceive, to impose upon.

ஏரி, *sub.* a large artificial lake for irrigation.

ஏவுகிறது—வினேன்—வுவேன், *v. a.* to order; to spur on, to incite.

ஏழை, *adj.* poor, not rich.

ஏறுகிறது—றினேன்—றுவேன், *v. n.* to ascend, to mount up, to exceed, to erect one's self.

ஏற்கனவே, *adv.* antecedently.

ஏற்றுகிறது—றிவேன்—றுவேன், *v. a.* to sum up, to multiply; to lift or hoist up, to cause to mount.

ஐந்து, *num.* five; *marked thus,* ௫.

ஐம்பது, *num.* fifty; *marked thus,* ௫௰.

ஐயன், *sub. spelt also,* அய்யன், a father, a Brahman, a venerable old man. Used frequently in the *voc.* in addressing a superior.

ஐயனார், *sub.* a certain Hindoo deity; *called also* அரிகரன்.

ஐயையோ, *interj.* of compassion or of grief, alas!

ஐவர், *deriv. sub.* five persons.

ஒக்கிறது—த்தேன்—ப்பேன், *v. n.* to be like, to agree with, to be conformable with.

ஒட்டுகிறது—டினேன்—டுவேன், to stick together, to unite.

ஒண்ணுகிறது, *more correctly,* ஒன்றுகிறது, *v. n.* to be fitting, to agree, to be in union; *Lat.* convenio.

ஒண்ணாது, *more correctly,* ஒன்றாது, *neg. v. 3rd pers. n. from* ஒன்றுகிறது; it is not suitable; it is not permitted, it must not be.

ஒதுங்குகிறது—துங்கினேன்—துங்குவேன், *v. n.* to retire, to crouch for concealment, to hide one's self; *Lat.* ad secessum ire.

ஒத்த, *past part. from def. v.* ஒக்கும், equal to, like, suitable, having relation to.. A. G. Sect. 77.

ஒத்துக்கொள்ளுகிறது, *v. n.* to consent, to agree; to allow or grant; to engage; to relate to; *Fr.* avoir du rapport. A. G. Sect. 77.

ஒப்பரவு, *sub.* union, concord; evenness.

ஒரு, *num.* one; *marked thus,* க.

ஒருபாட்டமாய், *adv. from* ஒரு, one, பாட்டம், a shower (ondée de pluie), *and* ஆய் *from* ஆகிறது, in a shower.

ஒருமிக்க, *infin. from* ஒருமிக்கிறது; *used adverbially,* together, at once. A. G. Part 4 of Sect. 100.

ஒவ்வொன்று, *pron. sub. from* ஒன்று, repeated, *as* एकैक *in Sans.* each, one by one.

ஒழிகிறது—ழிந்தேன்—ழிவேன், *v. n.* to cease, to pass away as time; to be excepted; to die.

ஒழிய, *infin. from* ஒழிகிறது; *used as a conjunction,* except, unless. A. G. Part 3 of Sect. 100.

ஒழுக்கு, *sub.* a leak in the roof of a house, a dripping of water.

ஒழுங்கு, *sub.* order, regularity.

ஒழுங்குபட, *comp. of* ஒழுங்கு, *and* பட, *infin. of* படுகிறது, to undergo; *used adverbially,* in or according to order, regularly.

ஒளிக்கிறது—ளித்தேன்—ளிப்பேன், *v. a.* to hide, to conceal.

ஒற்றை, *adj.* single; generally implies one of a pair, where the other is wanting: as, ஒற்றைக்காது, a single ear.

ஒன்று, *sub.* one.

ஓ, *interj.* (ओ) of compassion.

ஓஓ, *interj.* of admiration.

ஓங்குகிறது—ங்கினேன்—ங்குவேன், *v. a.* to raise over the head, to brandish.

ஓடுகிறது—டினேன்—டுவேன், *v. n.* to run, to sail.

ஓட்டம், *sub.* a race, a flight.

ஓட்டுகிறது—ட்டினேன்—ட்டுவேன், *v. a.* to make to run, to conduct, to drive, to chace.

ஓரம், *sub.* a border, a bank, a strand, a margin, an edge.

ஓர், *num.* one. A. G. Part 1 of Sect. 134.

ஓலை, *sub.* a Cadjan leaf; a leaf of the Palm kind, on which the Tamuls write; a letter or epistle written on such a leaf.

கசப்பு, *sub.* bitterness.

கஷ்டம், *sub.* excrement.

கடக்கிறது—டந்தேன்—டப்பேன், *v. a.* to pass (a river), to go over (a mountain), to go through (a town).

கடசி, *see* கைட.

கடவேன், *def. v.* that I may. A. G. Sect. 83 and 90.

கடன், *sub.* a debt.

கடிக்கிறது—டித்தேன்—டிப்பேன், *v. a.* to bite.

கடிது, *sub.* that which is hard, cruel.

கடிவாளம், *written also,* கடுவாளம், *sub.* a bridle.

கடுக, *infin. from* கடுகிறது, *used adverbially*, quickly.

கடுகிறது—டுகினேன்—டுவேன், *v. n.* to hasten.

கடை, *sub.* a shop; *in a collective sense*, a market, a bazar

கடை, *sub.* an end, a termination, a limit; *used adjectively*, the last.

கடைசி, *see* கடை.

கட்டிக்கொள்ளுகிறது—கொண்டேன்—ள்ளுவேன், *v. a.* to embrace.

கட்டிச்சாதம், *sub. comp. of* கட்டி *for* கட்டின, tied, *and* சாதம் (*contracted from* प्रसादनं), boiled rice; a bundle or cloth full of boiled rice, the usual viaticum on an Indian journey.

கட்டியம், *sub.* (कथन?) the act of proclaiming the titles and sounding the praises of a Prince or other great personage.

கட்டியங்கூறுகிறது—றினேன்—றுவேன், *v. a.* to proclaim the titles and sound the praises of a Prince or other great personage.

கட்டிவைக்கிறது—வைத்தேன்—வைப்பேன், *causal v.* to cause to bind; to cause to build.

கட்டுகிறது—டினேன்—டுவேன், *v. a.* to tie, to bind; to build; *metaph.* to marry.

கட்டை, *sub.* a stump, a billet.

கணக்கு, *sub.* (गण) an account, a computation.

கண், *sub.* the eye.

கண்டம், *sub.* (खण्ड) a piece or morsel of fish or flesh.

கண்டுபிடிக்கிறது, *v. a. comp. of* கண்டு, *vineiycch.*

*from* காண்கிறது, *q. v. and* பிடிக்கிறது, to seize, *q. v.* to find or perceive, to comprehend, to understand.

கதை, *sub.* (कथा) a story, a tale, a fable.

கபடு, *sub.* (कपटः) deceit, dissimulation.

கயறு, *sub.* a rope, a cord; a fishing line.

கருக்கருவாள், *sub. comp. of* கருக்கு, the teeth of a sickle, *and* அருவாள், a sickle; a serrated sickle.

கருதுகிறது—தினேன்—துவேன், *v. n.* to imagine, to think; to estimate.

கருமம், *sub.* (क्रम) a business, a deed, an affair, an action, a work.

கருமை, *sub.* blackness; *used adjectively* கரும், black.

கரும்பு, *sub.* sugar cane; *see* எரிகரும்பு.

கரை, *sub.* a border, a bank, the shore.

கலப்பு, *sub.* mixture; *used adjectively*, mixed, adulterated.

கல்லறை, *sub. comp. of* கல்லு, a stone, a rock, *and* அறை, a chamber; an excavation in a rock used for sepulture, a grave, a sepulchre.

கல்லு, *sub.* a stone.

கவலை, *sub.* sorrow, care, embarrassment.

கவ்வுகிறது—வினேன்—வுவேன், *v. a.* to seize with the teeth, to snap at.

கழுவுகிறது or கழூவுகிறது—வினேன்—வேன், *v. a.* to wash; to polish (gems).

கழிகிறது—ழிந்தேன்—ழிவேன், *v. n.* to pass (time); to glide away; to pass loosely by the bowels.

கழிக்கிறது—ழித்தேன்—ழிப்பேன், *v. a.* to make to pass away, to turn out, to remove, to abolish.

கழுதை, *sub.* an ass.

கழுவுகிறது, *see* கழவுகிறது.

களிகூருகிறது—கூர்ந்தேன்—கூருவேன், *v. n. comp. of* களி, joy, *and* கூருகிறது, *which, though used only in composition, is probably from the root* கூர், a point, *and may signify* to be pricked or touched; to rejoice, to be much amused.

கள்ளன், *sub.* a robber, a rogue, whether by caste or profession.

கறடு, *sub.* a rocky steep, a knob, a clod.

கறவை, *sub.* a milch cow, baffalo or goat.

கறவைப்பசு, *sub. comp. of* கறவை, an animal giving milk, *and* பசு, *q. v.* a milch cow.

கறி, *sub.* any seasoned meat or sauce which is eaten as an accompaniment to boiled rice, a dish or mess; *Lat.* ferculum.

கறுப்பு, *sub.* the colour black; *used adjectively*, black.

கற்பிக்கிறது or கல்ப்பிக்கிறது—பித்தேன்—பிப்பேன், *v. a.* (*probably derived from* कल्प) to order, to teach, to give instructions.

கனம், *sub.* (घनं) weight; *metaph.* honour, consideration: *as,* கனமுள்ளவன், a man of weight or consequence; *used adjectively*, heavy.

கனி, *sub.* a ripe fruit.

காகூ, *interj.* expressive of distress or lamentation.

காக்கிறது, *written also* கார்க்கிறது—ர்த்தேன் —ர்ப்பேன், *v. a.* to watch, to guard, to keep, to preserve.

காசு, *sub.* (कार्षापण) a nominal money, the 80th part of a fanam (*see* பணம்). Also used for money in general. The English word *cash* remarkably resembles this word, both in sound and meaning.

காச்சுகிறது—சினேன்—சுவேன், *v. a.* to make hot, to boil.

காடு, *sub.* a jungle, a forest, a heath, a common or waste.

காட்டுகிறது—டினேன்—டுவேன், *v. a.* to shew, to point out.

காணிக்கை, *sub.* an oblation, an offering, a present.

காண்கிறது—கண்டேன்—காண்பேன், *v. a.* to see, to find.

காண்பிக்கிறது—பித்தேன்—பிப்பேன், *causal v.* to cause to see, *i. e.* to shew, to point out.

காதம், *sub.* a measure of distance, varying in different parts, but equal to ten English miles in most of the Tamul countries.

காது, *sub.* the ear; the eye of a needle, a button hole.

காய், *sub.* an unripe fruit, *as opposed to* பழம் *or* கனி, a ripe fruit. In composition, however, this word is used with some ripe fruits; as cucumbers, cocoa nuts, &c.

காய்கிறது—ய்ந்தேன்—ய்வேன், *v. n.* to burn, to scorch, to be hot, as the body with a fever.

காய்க்கிறது—ய்த்தேன்—ய்ப்பேன், *v. n.* to be in fruit, the fruit to form.

காயப்படுகிறது, *v. p.* to be dried, as damp linen.

காயப்படுகிறது, *or, to distinguish it from the preceding verb,* காயம்படுகிறது, to be wounded.

காரன் or காறன், *an affix borrowed from the Sanscrit* कार, *and signifying* an agent or doer: thus, வேலைக்காரன், a servant, *from* வேலை, work, குதிரைக்காரன், a groom, *from* குதிரை, a horse. A. G. Sect. 121.

காரியம், *sub.* (कार्य्य) a business, an affair, a matter.

காலமே, *used adverbially,* (कालः) in the morning: from காலம், time, *and the emphatic affix* ஏ; thus bearing some analogy with our expression *betimes.*

கால், *sub.* the foot; the name of the sign ா, which renders the short *a* long, and assists in forming the vowel *o* when not initial.

கால்கழுவுகிறது, *v. a. comp. of* கால், *q. v. and* கழுவுகிறது, *q. v. literally,* to wash the feet; *by implication,* to perform ablution after answering the calls of nature.

காற்று, *sub.* the wind.

கானல், *sub.* glare; the vibratory appearance over a fire, or over the surface of the ground in hot, clear weather.

கிடக்கிறது—டந்தேன்—டப்பேன், *v. n.* to remain recumbent, to lie down; *Lat.* jacere.

கிடத்துகிறது—டத்தினேன்—டத்துவேன், *v. a.* to lay down.

கிடைக்கிறது—டைத்தேன்—கிடைப்பேன், *v. n.* to be obtained; to be found.

கிட, *infin. from* கிட்டுகிறது, *used adverbially*, near.

கிட்டுகிறது—ட்டினேன்—டுவேன், *used impersonally*, to be near, to be with, to approach, to be found: thus, உனக்குக்கிட்டுமோ, tibi ne conveniet? Much used in this sense in Mysore. It would be more elegant to say உனக்குக்கிடைக்குமோ.

கிமா, *interj.* expressive of silence, *hush.*

க்ரேஹஸ்தன், *sub.* (गृहस्थः) a master of a family, a housekeeper, a goodman.

க்லேசம், *sub.* (क्लेशः) sorrow, affliction, sickness, pain.

கிழம், *adj.* old; *whence*, கிழவன், *sub.* an old man, கிழவி, *sub.* an old woman.

கிழிக்கிறது—ழித்தேன்—ழிப்பேன், *v. a.* to tear, to pull in pieces, to scratch; to engrave.

கிளம்புகிறது—பினேன்—புவேன், *v. n.* to rise up, to stand forth. கிளம்பினவேலை, a piece of sculpture or carved work, with figures in relief.

கிராமம், *sub.* (ग्रामः) a village.

கீரை, *sub.* colewort, greens, potherbs, grass.

கீரைத்தண்டு, *sub. comp. of* கீரை, *q. v. and* தண்டு, a stem or stalk; a kind of colewort which grows high.

கீழே, *postposition*, beneath, under; *adv.* down, downwards.

கீறுகிறது—றினேன்—றுவேன், *v. a.* to split, to tear, to scratch, to lacerate; to carve.

குடல், *sub.* the inside, the entrails; *see* உடல்.

குடியானவன், *deriv. noun, from* குடி, *with which it is synonymous*; an inhabitant, a countryman, a labourer.

குடை, *sub.* an umbrella.

குணம், *sub.* (गुण:) temper, disposition, natural quality; sometimes used for good disposition.

குதிக்கிறது—தித்தேன்—திப்பேன், *v. n.* to leap, to spring, to jump for joy.

குதிரை, *sub.* a horse.

குதிரைக்காரன், *sub. from* குதிரை, *q. v. and* காரன், *q. v.* a horseman, a groom.

குத்துகிறது—தினேன்—துவேன், *v. a.* to prick, to pierce, to sting, to stab; to pound in a mortar.

கும்பிடு, *sub.* a bow, a reverence.

குரு, *sub.* (गुरु:) a religious instructor or director; *Lat.* sacerdos.

குருடன், *sub.* a blind man; குருடி, a blind woman.

குருடுகிறது—டினேன்—டுவேன், *v. n.* to be blind.

குருட்டு, *sub.* blindness; *used adjectively*, blind.

குருவானவன், *see* குரு: ஆனவன் *redundant*, as ஆவது, A. G. Part 5 of Sect. 117.

குரவை, *sub.* a scream or cry expressing woe.

குலம், *sub.* (कुलं) a caste, a race, a tribe, family or house.

குழி, *sub.* a pit, a hole, a ditch, a grave.

குளம், *spelt also*, கோளம், *sub.* a tank, a pond used for domestic purposes; whereas ஏரி is a much larger reservoir used for the irrigation of land.

குளறுகிறது—றினேன்—றுவேன், *v. n.* to speak inarticulately—confusedly, to stammer.

குளிருகிறது—ளிர்ந்தேன்—ளிருவேன், *v. n.* to be cold; to be refreshed.

குளிர்க்கிறது—ளிர்த்தேன்—ளிர்ப்பேன், *v. a.* to make cold, to cool.

குளிர்ச்சி, *or better,* குளிர்த்தி, *sub.* cold.

குளிப்பாட்டுகிறது, *written also,* குளிர்ப்பாட்டுகிறது *and* குளுப்பாட்டுகிறது—பாட்டினேன்—பாட்டுவேன், *v. a.* to bathe, to wash.

குளுந்த, *corrupted for* குளிர்ந்த, *past part. from* குளிருகிறது, *q. v.*

குளுமை, *sub.* cold, coolness.

குறாரம், *sub.* cruelty, obstinacy.

கூ, *interj.* (கூ) of lamentation.

கூசுகிறது—சினேன்—சுவேன், *v. n.* to fear, to be afraid, to be daunted, to be put to the blush.

கூட, *infin. from* கூடுகிறது, *q. v. used adverbially,* together. *Sometimes it merely strengthens an assertion:* as, கேட்டேன்கூடக்கேட்டேன், I have heard it, *indeed* I have heard it.

கூடு, *sub.* a nest, a cage.

கூடுகிறது—டினேன்—டுவேன், *v. n.* to unite, to club together; to be possible; *Fr.* se joindre, *etiam veneriè,* d' ou vient qu'il faut user de ce verbe et de ses composès avec circonspection. *M.S. Dict.*

கூடும், *impers. v. neut. fut. from* கூடுகிறது, *q. v.* it may be, it is possible.

கூட்டம், *sub.* a crowd, an assembly, a tribe, an association.

கூட்டாளி, *sub.* a companion, a colleague, an associate, a partner.

கூட்டுகிறது—டினேன்—டுவேன், *v. a.* to unite, to cause to associate, to conjoin; to add up.

கூப்பிடுகிறது—பிட்டேன்—பிடுவேன், *v. a.* and *n.* to hail, to call to, to shout out.

கூலி, *sub.* hire, wages.

கூவுகிறது—வினேன்—வுவேன், *v. n.* to crow, to coo as doves.

கெஞ்சுகிறது—சினேன்—சுவேன், *v. n.* to beg coaxingly, to entreat humbly and earnestly.

கேட்கிறது or கேழ்க்கிறது or கேள்க்கிறது—கேட்டேன்—கேட்பேன், *v. a.* and *n.* to hear, to obey; to ask.

கை *sub.* the hand, the arm; the sleeve of a coat. Like χεὶρ and *manus*, this word also signifies, by analogy, an elephant's trunk.

கொஞ்சம், *adj.* small, little; *sub.* smallness; *adv.* little by little.

கொடி, *sub.* a parasitical plant; a flag or ensign.

கொடிது or கொடியது, *neut. conj. deriv. from* கொடுமை, cruelty; *literally*, it is a cruel thing, what is cruel—horrible. A. G. Sect. 125 and 126.

கொடியால், *sub.* a Banian tree (Ficus Indica).

கொடுக்கிறது—டுத்தேன்—டுப்பேன், *v. a.* to give (to a third person). A. G. Part 1 of Sect. 110.

கோடூரம, *sub.* fierceness, violence, tyranny, cruelty, hard-heartedness.

கோட்டை, *sub.* the stone of fruits.

கொண்டுபோகிறது, *v. a. comp. of* கொண்டு *from* கொள்ளுகிறது, *q. v. and* போகிறது, *q. v.* to take away, to remove, to carry along.

கொண்டுவந்துவிடுகிறது, *v. a. comp. of* கொண்டு *from* கொள்ளுகிறது, *q. v.* வந்து *from* வருகிறது, *q. v. and* விடுகிறது, *q. v.* to advance in argument, to adduce.

கொத்து, *sub.* a bunch, a clump, a bush.

கொப்பளிக்கிறது or கொப்புளிக்கிறது—ளித்தேன்—ளிப்பேன், *v. a.* and *n.* to rinse the mouth, to gargle; to rise in blisters.

கொப்பு, *sub.* a branch.

கொம்பு, *sub.* a bough or branch; a horn of an animal; the sign கெ.

கொல்லை, *sub.* a back yard; corn or grain growing on high ground and not watered artificially.

கொள்ளிக்கட்டை, *sub. comp. of* கொள்ளி, a brand, *and* கட்டை, a short stake; a firebrand made of wood; *Lat.* teda.

கொள்ளுகிறது—கொண்டேன்—கொள்ளுவேன், *v. a.* to take, to receive; to buy; to marry; to obtain (sleep). For its use in composition *see* A. G. Part 1 of Sect. 106.

கோ, *interj.* expressive of grief.

கோடாலி, *sub.* a hatchet.

கோடைநாள், *sub. comp. of* கோடை, the West wind, *and* நாள், a day; the summer season.

கோணிகை, *sub.* cotton canvas—*called in India, from the Tamul name,* gunny: sacks made of such canvas.

கோபிக்கிறது—பித்தேன்—பிப்பேன், *v. n. from the sub.* கோபம், *which is from the Sanscrit* कोपः, wrath; to grow angry, to be enraged.

கோர்க்கிறது—ர்த்தேன்—ர்ப்பேன், *v. a.* to run through, to transfix; to string or thread (beads).

கோவில், *sub.* a temple or pagoda, a church.

கோழி, *sub.* a domestic fowl, whether cock or hen.

கோளிகைக்குதிரை, *sub.* a mare. The word கோளிகை designates also the female of the ass.

க்ஷணம், *sub.* (क्षण:) an instant, a moment.

சகதி, *sub.* (शाद:) mud, a puddle.

சகல, *adj.* (सकल) all, the whole; *whence* சகலம், *neut. sub.* every thing; சகலர், *masc.* every body.

சங்கைகேடு, *sub. comp. of* சங்கை, honour, *and* கேடு, destruction; a disgraceful action, turpitude.

சஞ்சலம், *sub.* (चञ्चलं) anxiety, embarrassment, wavering.

சடங்கு, *sub.* a ceremony, whether of marriage, burial, religion, or of compliment.

சடுதி, *sub.* suddenness, quickness, surprise.

சட்டை, *sub.* a jacket, any sewn upper garment.

சண்டை, *sub.* a tumult, a quarrel, a battle.

சதை, *sub.* flesh; *also like the Greek word* σὰρξ, the pulp of a fruit.

சத்தம், *sub.* (शब्दः) a sound; *also as* φωνή and *vox*, a voice, a word.

சந்தடி, *sub.* a bustle, a noise made by a crowd; *also like* ὄχλος and *turba*, the crowd itself.

சந்திக்கிறது—தித்தேன்—திப்பேன், *v. a.* (सन्धिः) to strike against, to come in contact with, to meet, to strike (the eye or ear).

சந்திரன், *sub.* (चन्द्रः) the moon.

சந்தேகம். *sub.* (सन्देहः) doubt.

சந்தை, *sub.* a fair, a market where goods are sold on certain days.

சந்தோஷம், *sub.* (सन्तोषः) joy, pleasure.

சமர்த்தன், *sub.* (समर्थ) a capable or skilful man, an industrious man.

சமன், *sub.* (सम) equality, the middle; the deity death; *so called perhaps because "æquo* pulsat pede pauperum tabernas regumque turres;" *adj.* level, even.

சமாது, *sub. certain castes bury their dead in a sitting posture, the legs crossed;* this word expresses that posture.

சமீபம், *sub.* (समीपं) vicinity, nearness; *adj.* near, nigh.

சமைக்கிறது—மைத்தேன்—மைப்பேன், *v. a.* to dress victuals, to cook.

சமையம், *sub.* (समयः) an occasion, a favourable moment, an opportunity; a general term for the sects of philosophy.

சம்பாதிக்கிறது—தித்தேன்—திப்பேன், *v. a.* (सम्पादित) to get, to acquire, to attain; to enjoy.

சம்பிரம், *sub.* (सम्भारः) plenty, abundance, completeness.

சம்புஜிக்கிறது—ஜித்தேன்—ஜிப்பேன், *v. a.* to suffer or enjoy; *Gr.* πάσχειν.

சம்மதி, *sub.* (सम्मतिः) consent, approbation.

சம்மதிக்கிறது—தித்தேன்—திப்பேன், *v. n.* *from the sub.* to consent, to agree to.

சம்மந்தம், *sub.* (सम्बन्धः) connection, alliance.

சயிக்கினை, *sub.* a sign, a wink, a beckoning.

சரசம், *sub.* a jest, raillery, pleasantry, banter.

சரம், *sub.* a row or arrangement in a line, a garland, a string of precious stones.

சரி, *adj.* just, right, equal.

சரிபோனது, *phrase*, it is all right, it hath been adjusted.

சரீரம், *sub.* (शरीरं) form, the body, whether of man or other animals.

சலசல, a natural word, representing the rippling of water, or the whispering of wind through the foliage of trees.

சலாக்கை, *sub.* (शलाका) a spit, a probe, a ramrod.

சலிக்கிறது—லித்தேன்—லிப்பேன், *v. n.* to be sorrowful, to be dejected.

சலிப்பு, *sub.* sorrow, dejection.

சவம், *sub.* (शवं) a corpse.

சவுணம், *sub. written also* சகுணம், (सवनं) a prophecy, an augury, deduced usually from the flight of birds.

சற்று, *spelt also,* சத்து, *adv.* a little; *when used with the affix* உம் *and a negative it signifies* not even a little, not at all.

சனி, *sub.* (शनिः) Saturn; a devil.

சாகிறது—செற்றேன்—சாவேன், *v.n.* to die.

சாடை, *sub.* a wink, a hint.

சாஞகம், *spelt also,* சாணகம், *sub.* (*probably from* छगणं) the dung of cattle.

சாஞங்கி and சாணி, *see* சாஞகம்.

சாண், *sub.* a span.

சாதம், *sub.* boiled rice.

சாதி, *sub.* (जातिः) a caste, a race, a kind, a sex.

சாதிக்கிறது—தித்தேன்—திப்பேன், *v. n.* to persevere, whether with constancy or obstinacy, to be obstinate.

சாதிக்குதிரை, *comp. of* சாதி, *q. v. and* குதிரை, *q. v.* a horse of caste, *i. e.* of good caste; *as we say* a man of family, *i. e.* of good family.

சாதிஉணா, *sub.* perseverance, constancy, obstinacy.

சாத்துகிறது—தினேன்—துவேன், *v. a.* to apply (one thing to another); to shut, but without locking, to close; to put garlands on an image; to apply (ashes to the forehead).

சாப்பிடுகிறது—பிட்டேன்—பிடுவேன், *v. a.* to eat and drink (a meal).

சாமம், *sub.* (यामः) a watch or period of three hours.

சாம்பல், *sub.* ashes.

சாம்பற்பூசணிக்காய், *sub. comp. of* சம்பல், *q. v. and* பூசணிக்காய், a gourd; a gourd of an ash colour. Probably the same variety (cucurbita hispida) as the கலியாணப்பூசணிக்காய், so called from the custom of serving it up at weddings. "Espece de longue citrouille, que les voleurs ne derobent jamais." *M.S. Dict.*

சாயல், *sub.* a shadow, likeness, resemblance, image.

சாய்கிறது—ய்ந்தேன்—ய்வேன், *v. n.* (*perhaps from* षै—सायति) to bend, to decline, to go down (the sun).

சாயங்காலம், *sub.* (सायंकालः, *comp. of* साय, evening, *and* काल, time) the evening; *metaph.* the time of death.

சாய்வு, *sub.* a slope, a declivity; ardent desire; *Lat.* concubitus.

சாலி or சாலிநெல்லு, *sub.* a sort of rice of superior quality.

சாவு, *sub.* (शव) death.

சாவுகிறது, *written better,* சாகிறது, *q. v.*

சாஸ்திரம், *sub.* (शास्त्रं) a science, an art; sooth-saying.

சாஸ்திரி, *sub.* (शास्त्रिन्) one read in the sciences, a doctor.

சாஷ்டாங்கம், *sub.* (स,with, अष्टन्, eight, अङ्ग, a member) a reverence by the prostration of the eight members, *viz.* the hands, the feet, the shoulders, the breast and the forehead.

சிக்கு, *a natural word*, expressive of force and rapidity.

சிரிக்கிறது—ரித்தேன்—ரிப்பேன், *v. n.* to laugh, to smile.

சில, *adj.* some.

சிலவு, *sub.* expenditure, money for expenses; *Lat.* viaticum; permission or leave.

சிவன், *proper name*, (शिवः) the deity Shivah.

சிறு, *adj.* little, a few, some.

சிணக்கிறது, *spelt also*, சினக்கிறது—ணத்தேன் or னந்தேன்—ணப்பேன் or னட்பேன், *v. n.* to be angry.

சீக்கிரம், *sub.* (शीघ्रं) quickness, haste.

சீச்சீ, *interj.* fie! fie! "Ceux qui savent vivre, ne disent jamais ce mot devant les personnes de distinction, ni hors du discours familier." *M.S. Dict.*

சீதம், *sub.* (शीतं) cold.

சீர்மை, *sub.* (*perhaps from* सीमा) a country, a district.

சீமான், *sub.* (श्रीमान्) a goodman, a host; an opulent man.

சீலை, *sub.* (चेल) a cloth, clothes.

சீவனம், *sub.* (जीवनं) life, a livelihood.

சீறிக்கிறது—றித்தேன்—றிப்பேன், *v. n.* to hiss, to puff.

சீஷன், *sub.* (शिष्यः) a disciple, a pupil.

சுடுகிறது—சுட்டேன்—சுடுவேன், *v. a.* to burn, to roast, to bake.

சுத்தி, *sub.* (शुद्धिः) purity, cleanness; *adj.* clean, pure.

சுத்திகரம், *sub.* (शुद्धिःकरण) purification.

சும்மா, *adj.* still, quiet, lazy; *generally used as an adv.* quietly, simply, only.

சுருங்குகிறது—சுருங்கினேன்—சுருங்குவேன், *v. n.* to shrink, to shrivel.

சுருட்டு or சுறுட்டு, *sub.* a roll or scroll: hence the word *chooroot*, used by the English in India, to signify a roll of tobacco leaf, *i. e.* a segar.

சுலபம், *sub.* (सुलभं) facility, brevity; *as an adj.* easy, short.

சுழலுகிறது—சுழன்றேன்—சுழலுவேன், *v. n.* to revolve, to whirl round; *Lat.* verti in gyrum.

சுழற்றுகிறது—சுழற்றினேன்—சுழற்றுவேன், *v. a.* to cause to revolve, to whirl round, to turn.

சுள்ளுச்சுள்ளு, *a natural word*, expressing the sense of oppression or suffocation produced by heat.

சுறீர், *a natural word*, expressing rapidity of action; also, smarting pain.

சுறுக்கம் or சுறுக்கு, *sub.* vivacity, fervour, activity; sharpness, haste.

சுற்று, *sub.* a circuit, a round about way; *adj.* circuitous.

சுற்றுகிறது—சுற்றினேன்—சுற்றுவேன், *v. a.* to surround, to envelope, to pass round.

சூலநாள், *sub.* an unlucky day.

சூழ, *infin. from* சூழுகிறது, *q. v. used adverbially*, around.

சூழுகிறது—சூழ்ந்தேன்—சூழுவேன், *v. a.* to surround, to environ.

சேடி, *sub.* a shrub.

செட்டி, *sub.* a merchant, one of the caste of merchants. This word is not synonymous with வைசியன், the third of the four orders of Hindoos; but denotes a certain subdivision of that order: a female of this caste is called செட்டிச்சி.

செய்கிறது—செய்தேன்—செய்வேன், *v. a.* to do, to make.

செய்தி, *sub.* news, intelligence.

செல்லுகிறது—சென்றேன்—செல்லுவேன், *v. a.* and *n.* to receive; to pass (to a place), to pass (money), to pass (with regard to time); to stand good in law; to be expended. For one of its uses *see* A. G. Part 1 of Sect. 110.

செவி, *sub.* the ear.

செவ்வை, *adj.* straight, direct, right.

சேணம், *sub.* a saddle.

சேதம், *sub.* (छेद) loss, damage.

சேமம், *sub.* (क्षेमं) interment, burial.

சேமிக்கிறது—மித்தேன்—மிப்பேன், *v. a.* to bury.

சேருகிறது—சேர்ந்தேன்—சேருவேன், *v. a.* and *n.* to be collected, to assemble, to approach, to arrive at.

சேறு, *sub.* mire, mud.

ஜையக்கிரகா, *see* ஜயக்கிரகா.

சொரிகிறது—ரிந்தேன்—ரிவேன், *v. n.* to glide down (as corn from a heap), to shower down, to trickle down.

சொருகிறது—ருகினேன்—ருகுவேன், *v. a.* to sheath, to stick in (the bosom—a girdle—the pocket, &c.)

சொல்லுகிறது—சொன்னேன்—சொல்லுவேன், *v. a.* to say, to speak, to tell.

சோதிக்கிறது—தித்தேன்—திப்பேன், *v. a.* (शोधनं) to examine, to try.

சோதிஷம், *sub.* (ज्योतिषं) astronomy, astrology.

சோத்தியம், *sub.* (स्वपन) a profound sleep, a lethargy.

சோபம், *sub.* languor, faintness, a swoon; idleness.

சோமன், *sub.* a cloth of eight cubits length, worn around the waist by men.

சோலை, *sub.* a grove.

சோறு, *sub.* boiled rice; the pith of certain palms of which a kind of sago is made.

ஸ்திரீ, *sub.* (स्त्री) *like* Γυνὴ, *signifying* a woman generally, or a wife in particular.

ஸ்துதிக்கிறது—தித்தேன்—திப்பேன், *v. a.* (स्तुतिः) to praise, to flatter.

ஞாபகம், *sub.* memory, recollection, reason.

ஞாயம், *sub.* (न्यायः) justice, reason, right, propriety.

ஞானம், *sub.* (ज्ञानं) wisdom, intelligence, spirituality.

தகப்பன், *sub.* *quasi* தகுமப்பன், *in contradistinction to* சிற்றப்பன், the father's younger brother, *and* பெரியப்பன், the father's elder brother; a father.

தகருகிறது—கர்ந்தேன்—கருவேன், *v. n.* to fall to pieces, to break in pieces.

தகுகிறது—தக்கேன்—தகுவேன், *v. n.* to be fitting or proper; *Lat.* convenire. A. G. Sect. 84.

தகைகிறது—தகைந்தேன்—தகைவேன், *v. a.* to hinder, to forbid, to stop.

தங்கப்பட்டை, *sub.* the girth of a saddle.

தங்கிறது—தங்கினேன்—தங்குவேன், *v. n.* to rest, to stay, to halt, to sojourn.

தங்குகிறது, *see* தங்கிறது.

தடவுகிறது—வினேன்—வுவேன், *v. a.* to touch, to rub, to stroke; *Lat.* palpare.

தடி, *sub.* a stick, a cudgel.

தடீர், *a natural word*, expressing suddenness.

This word, like all those of a similar nature, is used with the verb என்கிறது, which seems to serve as a kind of introduction to what has of itself no regular meaning in the language. A. G. Part 1 of Sect. 99.

தடைக்கிறது—டைத்தேன்—டைப்பேன், *v. a.* to hinder, to obstruct.

தட்டுகிறது—டினேன்—ட்டுவேன், *v. a.* to pat, to rap, to knock.

தணல், *sub.* burning coal.

தண்ணீர், *sub. comp. of* தண், cold, *and* நீர், water; cold water, water generally. In common language பச்சைத்தண்ணீர் *is* cold, *literally*, green or raw water; so called because it has not been boiled.

தந்தாவனம், *sub. comp. of* दन्त, a tooth, *and* धावनं, cleansing; the act of cleaning the teeth.

தந்திரம், *sub.* (तन्त्रं) a trick, a stratagem, a device.

தப்புவிக்கிறது—வித்தேன்—விப்பேன், *v. causal from* தப்புகிறது, *q.v.* to cause to escape.

தப்புகிறது—பினேன்—புவேன், *v. n.* to escape.

தம்பி, *sub.* a younger brother, a younger male first cousin; used also, in familiar discourse, by any person to one much his junior.

தயிறு, *spelt also,* தயிர், *sub.* curdled milk.

தருகிறது—தந்தேன்—தருவேன், *v. a.* to give. A. G. Part 1 of Sect. 110.

தலை, *sub.* the head, a principal.

தலைப்பாகு, *sub. comp. of* தலை, *q. v. and* பாகு, a cloth, *or properly* the warp before it is crossed by the woof; a turban. "Linge de trente coudées, dont on ceint la tête." *M.S. Dict.*

தவம், *sub.* (तपः) penance.

தவறுகிறது—வறினேன்—வறுவேன், *v. n.* to totter, to stumble, to make a false step, to err.

தவிக்கிறது—வித்தேன்—விப்பேன், *v. n.* to be fatigued, to be sinking from weariness.

தவிர, *infin. of* தவிருகிறது, *used adverbially,* except, beside. A. G. Part 3 of Sect. 100.

தழுவுகிறது—வினேன்—வுவேன், *v. a.* to encompass with the arms, to embrace.

தளம்புகிறது—ம்பினேன்—ம்புவேன், *v. n.* to undulate, to shake (as water in a vessel which is moved).

தளருகிறது—தளர்ந்தேன்—தளருவேன், *v. n.* to be relaxed, to be infirm—feeble—decrepid.

தளைகிறது—தளைந்தேன்—தளைவேன், *v. n.* to be fettered.

தளைக்கிறது—தளைத்தேன்—தளைப்பேன் *v. a.* to fetter the legs of an animal when turned out to feed, to fetter generally.

தறுவாய், *sub.* a juncture, an opportunity, a time.

தர்மம், *sub.* (धर्म) charity, virtue, such as leads to good works.

தர்மிஷ்டன், *sub.* (धर्मिष्ठ) a charitable person, a man of good works.

தனித்தனியாய், *adv. reduplication of* தனி, alone; one by one, separately.

தன்மை, *sub.* mode or manner; *see* இத்தன்மை.

தாக்கிறது, *syncope for* தாக்குகிறது—தாக்கினேன்—தாக்குவேன், *v. a.* to combat, to come against, to butt, to dash against; to attain.

தாங்குகிறது—தாங்கினேன்—தாங்குவேன், *v. a.* to support, to endure; to ward off; to lean upon.

தாட்பிணிவார், *written also,* தாப்பணிவார் *and* தாம்புணிவார், *sub.* a thong to fasten the saddle to the bridle or halter; a bearing rein.

தாண்டுகிறது—தாண்டினேன்—தாண்டுவேன், *v. a.* to jump over, to skip over, to surmount.

தாவளை, *written also,* தாவசளை, *sub.* an alleviation, a melioration; *adj.* well.

தான், *reflect. pron.* himself, herself, itself. A. G. Part 1 of. Sect. 57.

திடீர், *see* தடீர்.

திட்டு, *sub.* abuse, scolding, imprecation.

திண்ணை, *sub.* a kind of bench made of brick or mud, and usually occupying the portico and outside of an Indian house.

திரவியம், *sub.* (द्रव्यं). riches, money.

திரவியவான், *sub.* (द्रव्यमान्) a rich man.

திரள், *sub.* abundance; *adj.* abundant, numerous, thick or in crowds.

திராணி, *spelt also* திறணி, *sub.* strength, ability; possessions; dignity; talent.

திரிகிறது—திரிந்தேன்—திரிவேன், *v. n.* (तिर्यक्) to wander, to vacillate.

திரிக்கிறது—திரித்தேன்—திரிப்பேன், *v. a.* to twist a rope, to turn a handmill.

திருடுகிறது—திருடினேன்—திருடுவேன், *v. a.* to steal.

திருட்டு, *sub.* a theft.

திரும்ப, *infin. from* திரும்புகிறது, *q. v. used adverbially*, again. A. G. Part 6 of Sect. 96.

திரும்புகிறது—திரும்பினேன்—திரும்புவேன், *v. n.* to turn, to return, to turn back.

திருவுளம், *sub. comp. of* திரு, sacred, *and* உளம், mind; the will (of God—of a king—of any great personage).

திறக்கிறது—திறந்தேன்—திறப்பேன், *v. a.* to open.

தினம், *sub.* (दिनं) a day.

தினந்தினம், *adv.* (தினம் *repeated*) daily.

தின்கிறது—தின்றேன்—தின்பேன், *v. n.* to eat; more commonly used with respect to animals than men.

தின்மை, *sub.* evil; *especially* death.

தீ, *sub.* fire. "*Au Maduré*, ne se dit que du feu de l'incendie." *M.S. Dict.*

தீட்டுகிறது—டினேன்—ட்டுவேன், *v. a.* to sharpen; to beat rice from its husk.

தீய்மை, *sub.* evil.

தீருகிறது—தீர்ந்தேன்—தீருவேன், *v. n.* to be settled or cleared up, to finish, to cease; to be cured.

தீர்க்கிறது—தீர்த்தேன்—தீர்ப்பேன், *v. a.* to finish, to settle (a dispute, an account), to expiate (an offence), to pay a debt; *Lat.* luere; to correct.

தீர்த்தம், *sub.* (तीर्थं) water, *usually* holy water.

தீர்ப்பு, *v. sub. from the verb* தீர்க்கிறது; a decision, an award of arbitrators.

தீர்மானம், *sub.* a decision, a decree.

தீர்வை, *sub.* a judgment of condemnation or acquittal, a sentence of death.

தீவுஊழ், *sub.* an evil action, ill luck.

துக்கம், *sub.* (दु:खं) sorrow, grief, mourning.

துவக்கிறது—வக்கினேன்—வக்குவேன், *v. a.* to begin.

துவருகிறது, *or better,* தொடருகிறது—டர்ந்தேன்—டருவேன், *v. a.* to follow, to pursue.

துடிக்கிறது—டித்தேன்—டிப்பேன், *v. n.* to pant, to throb, to struggle, to twitch or be convulsed.

துடை, *sub.* the thigh.

துடைக்கிறது—துடைத்தேன்—துடைப்பேன், *v. a.* to wipe.

துணிகிறது—துணிந்தேன்—துணிவேன், *v. a.* to dare, to venture to do.

துணுக்கு, *a natural word*, expressive of shuddering.

துண்டம், *sub.* a piece, a morsel.

துண்டு, *sub.* a piece, a morsel.

துரகம் *sub.* (तुरगः) a horse.

துரிதம், *sub.* (दुरितं) misfortune, evil, calamity.

துவக்கிறது, *sync. for* துவக்குகிறது—துவக்கினேன்—துவக்குவேன், *v. a.* to begin.

துவளுகிறது—துவண்டேன்—துவளுவேன், *v. n.* to yield, to warp, to shrink, to bend. "*Au Maduré,* le debiteur, qui ne peut payer, être a la merci de son creancier." *M.S. Dict.*

துள்ளி, *spelt usually,* துளி, *sub.* a drop.

துள்ளுகிறது—துள்ளினேன்—துள்ளுவேன், *v. n.* to leap, to skip, to jump for joy.

துர்வசனம், *sub.* (दुर्, *particle implying* ill, वचनं, speech) abuse, improper language.

துன்பம், *sub.* affliction, calamity, adversity.

தூக்கம், *sub.* sleep.

தூக்கிறது, *sync. for* தூக்குகிறது—கினேன்—குவேன், *v. a.* to lift, to weigh, to carry suspended, to lend the hand to raise one who is fallen.

தூங்கிறது—தூங்கினேன்—தூங்குவேன், *v. n.* to sleep.

தூண்டில், *sub.* a hook, a fishing hook.

தூரம், *adj.* (दूरं) far, distant.

தூவுகிறது—வினேன்—வுவேன், *v. a.* to sprinkle, to strew lightly.

தேய்வம், *sub.* (देव:) a deity.

தேரிகிறது—ரிந்தேன்—ரிவேன், *v. n.* to see, to know, to understand; to select. *Frequently used impersonally in the future:* as; எனக்குத் தேரியும், it is known to me, *i. e.* I know.

தேரு, *sub.* a street.

தேருவு, *see* தேரு.

தேளிகிறது—ளிந்தேன்—ளிவேன், *v. n.* to be clear, to grow clear.

தேளிக்கிறது—ளித்தேன்—ளிப்பேன், *v. a.* to sprinkle, to strew, to sow.

தேறிக்கிறது—றித்தேன்—றிப்பேன், *v. n.* to snap or break off; to splash about as water when beaten; to start (the eye out of the head), to break (water against rocks); *v. a.* to fire pellets from a bow: தேறிவில்லு, a pellet bow.

தேடுகிறது—டினேன்—டுவேன், *v. a.* to seek.

தேய்க்கிறது—தேய்த்தேன்—தேய்ப்பேன், *v. a.* to scrub, to clean by rubbing.

தேவன், *sub.* (देव:) a deity.

தேவாதீனம, *sub.* (देवादिन) the providence of God; *used adverbially, signifies* by chance, *or rather the Lat.* divinitus.

தேறுகிறது—றினேன்—றுவேன், *v. n.* to be comforted, to take courage, to rally.

தேற்றுகிறது—தேற்றினேன்—தேற்றுவேன், *v. a.* to console, to animate.

தேன், *sub.* honey.

தைக்கிறது—தைத்தேன்—தைப்பேன், *v. a.* to prick, to sew, to penetrate, *both lit. and metaph.*

தொங்குகிறது—தொங்கினேன்—தொங்குவேன், *v. n.* to hang down.

தொடருகிறது—தொடர்ந்தேன்—தொடருவேன், *v. a.* to bind, to tie; to follow.

தொடுகிறது—தொட்டேன்—தொடுவேன், *v. a.* to touch.

தொடுக்கிறது—தொடுத்தேன்—தொடுப்பேன், *v. a.* to make to adhere; to string flowers.

தொட்டி, *sub.* a large vase, a trough.

தொந்தரை, *sub.* trouble, inconvenience, difficulty: *a Teloogoo word.*

தொந்தி, *sub.* the belly, the paunch.

தொப்பு, *a natural word* expressive of the noise which a heavy body makes when falling on the ground or into water.

தொப்பன், *see* தகப்பன்.

தொய்க்கிறது—தொய்த்தேன்—தொய்ப்பேன், *v. a.* to immerse.

தோல், *sub.* skin, leather, the pod or husk of seeds, the peel of fruit, the skin of kernels; *Lat.* cutis.

தோன்றுகிறது—தோன்றினேன்—தோன்றுவேன், *v. n.* to appear, to suggest itself (to the judgment, imagination or senses).

தோஷம், *sub.* (दोषः) a sin, malignity, *whether* physical or moral.

நக்கிறது, *sync. for* நக்குகிறது—நக்கினேன்—நக்குவேன், *v. a.* to lick.

நச்சுநாகம், *sub. comp. of* நச்சு, *the adjective form of* நஞ்சு, poison, *and* நாகம், (नागः) a snake; a poisonous serpent.

நடக்கிறது—டந்தேன்—ட்ப்பேன், *v. n.* to go, to walk, to take place, to be usual, to succeed.

நடு, *sub.* the middle.

நடை, *sub.* walk, gait, mien.

நடைகூடம், *sub.* a virandah, a porch, the entrance of a house.

நதி, *sub.* (नदी) a river.

நமஸ்காரம், *sub.* (नमस्कारः) salutation, reverence, adoration.

நயம்பயம், *sub. comp. of* நயம், kindness, *and* பயம், fear; coaxing and threatening.

நல்ல, *adj.* good.

நல்வுணா, *sub. comp. of* நல், good, *and* வுணா, temper; good fortune, happiness, good conduct.

நவம், *sub.* (नवं) newness; *adj.* new; the number nine, *marked thus*, ௯.

நன்மை, *sub.* a good, a benefit, happiness.

நன்றாய், *adv. from* நன்று, good; well.

நாசம், *sub.* (नाशः) destruction, extinction.

நாடோறும், *adv.* daily.

நாடான், *deriv. noun, from* நாடு, a country; an inhabitant, the head of a village or district.

நாய், *sub.* a dog.

நாலு, *num.* four; *marked thus,* ௪; *often used indefinitely for* several.

நாழிகை, *sub.* an Indian hour of twenty-four minutes, used sometimes for the distance walked in that time.

நாள், *sub.* a natural day of twenty-four hours.

நாளுக்குநாள், *adv.* daily, from day to day.

நாறுகிறது—நாறினேன்—நாறுவேன், *v. n.* to stink.

நாற்பது, *num.* forty; *marked thus* ௪௰.

நாற்பத்தஞ்சு, *num. comp. of* நாற்பது, *q. v. and* அஞ்சு, *q. v.*

நானாவிதம், *from* நானா *for* நாலு, four, *and* விதம், a sort; different kinds, all sorts, in all ways.

நிச்சயம், *sub.* (निश्चयः) certainty, ascertainment.

நிச்சயிக்கிறது—யித்தேன்—யிப்பேன், *v. a.* to ascertain, to verify, to be convinced of.

நித்தம் or நித்தியம், *adv.* (नित्यं) always; *as an adj.* eternal, continual.

நித்திரை, *sub.* (निद्रा) sleep.

நிமசம், *or better,* நிமிஷம், *sub.* (निमिषः) a moment.

நிமித்தம், *sub.* (निमित्तं) cause, sake, a motive; an augury.

நிமிஷம், *see* நிமசம்.

நிரம்புகிறது—ம்பினேன்—ம்புவேன், *v. n.* to grow full.

நிரை, *sub.* a row, an arrangement in a line.

நிலம், *sub.* a place, the ground, the soil, the land.

நிலைகொள்ளுகிறது, *v. n. from* நிலை, station, *and* கொள்ளுகிறது, *q. v.* to be firm or settled, to be established.

நில்லுகிறது or நிற்கிறது—நின்றேன்—நில்லுவேன், *v. n.* to stand, to stay, to be durable.

நிழல், *sub.* a shade or shadow; *metaph.* protection.

நிறம், *sub.* colour.

நிறுத்துகிறது—றுத்தினேன்—றுத்துவேன், *v. a.* to make to stand, to stop; to place or set up.

நிருமாணம், *sub.* (निर्मानं) nakedness.

நிறைகிறது—றைந்தேன்—றைவேன், *v. n.* to be full; *the infin.* நிறைய *is used as an adverb,* fully.

நிறைவேறுகிறது—வேறினேன்—வேறுவேன், *v. n.* to be accomplished or fulfilled (sacrifice or prayer).

நிற்கிறது, *see* நில்லுகிறது.

நினைக்கிறது—னைத்தேன்—னைப்பேன், *v. n.* to think.

நின்று, *vineiyech. from* நிற்கிறது, *used with nouns of place in the local ablative to express* motus à loco: as, கோவிலினின்று வந்தேன், I came from the church. A. G. Part 2 of Sect. 49.

நீக்கிறது, *sync. for* நீக்குகிறது—நீக்கினேன்—நீக்குவேன், *v. a.* to reject, to remove, to leave out, to do away, to subtract.

நீங்கிறது—நீங்கினேன்—நீங்குவேன், *v. n.* to retire; to wear off, to come off.

நீட்டுகிறது—நீட்டினேன்—நீட்டுவேன், *v. a.* to stretch forth, to protract.

நீதி, *sub.* (नीति) justice, truth.

நீத்தம், *see* நித்தம்.

நீந்துகிறது, *written vulgarly* நீஞ்சுகிறது—நீஞ்சினேன்—நீஞ்சுவேன், *v. n.* to swim.

நீய், *pers. pron.* thou. A. G. Part 1 of Sect. 57.

நீர், *sub.* water, urine.

நீளம், *sub.* length.

நுழைகிறது—நுழைந்தேன்—நுழைவேன், *v. a.* to enter crouching, to creep in.

நுனி, *sub.* an end, extremity, tip.

நூறு, *num.* a hundred; *marked thus,* ௱.

நூற்றைம்பது, *num.* a hundred and fifty; *marked thus,* ௱௫௰.

நெஞ்சம், *written also* நெஞ்சு, *sub.* the heart; *metaph.* the mind, the soul, the will, the conscience.

நெடுமை, *sub.* length; *adj.* நெடு, long.

நெய், *sub.* ghee, melted butter.

நெரிக்கிறது—நெரித்தேன்—நெரிப்பேன், *v. a.* to break down with noise, to crush, to pound, to crack (the fingers).

நெருங்குகிறது—நெருங்கினேன்—நெருங்குவேன், *v. n.* to be squeezed, to be crowded.

நெருப்பு, *sub.* fire.

நெல்லு, *sub.* rice, before it is freed from the husk, *in India called by the English* Paddy.

நெளிகிறது—நெளிந்தேன்—நெளிவேன், *v. n.* to wriggle, to writhe.

நெஷ்டூரம், *sub.* (निष्ठुरं) cruelty; *adj.* cruel.

நேசம், *sub.* affection; virtuous love.

நேத்தி, *spelt also* நேற்றி, *sub.* beauty, neatness, elegance; *adj.* beautiful, neat, elegant.

நேரம், *sub.* time, occasion; lateness; a crime or fault.

நேற்றி, *sub.* a vow.

நேற்று, *sub.* yesterday.

நொண்டி, *vineiyech. from* நொண்டுகிறது, to be lame; *used adjectively*, lame.

நோகிறது—நொந்தேன்—நோவேன், *v. n.* to ache or smart; to be sick; *Lat.* dolere.

நோவு, *sub.* sickness, pain.

பகல், *sub.* day, *correlative with* ரா, night.

பக்கம், *sub.* (पक्ष:) the side.

பசி, *sub.* hunger.

பசு, *sub.* (पशु:) *in Sanscrit this word signifies* an animal *in general, but in Tamul by antonomasia*, an ox, *or, more commonly*, a cow: thus in Italian the word *animale* is used colloquially for *a hog*.

பசுமை, *sub.* greenness; *adj.* பசும் or பச்சு or பச்சை, green, raw.

பஞ்சடைகிறது—டைந்தேன்—டைவேன், *v. n.* to be dim or overcast, as the countenance or eyes of a dying man.

பஞ்சாரம், *sub.* the age of a horse or bullock.

பஞ்சு, *sub.* cotton, wool.

படருகிறது—படர்ந்தேன்—படருவேன், *v. n.* to spread.

படி, *sub.* a measure, a manner, degree; the step of a door. A. G. Sect. 153.

படிக்கிறது—படித்தேன்—படிப்பேன், *v. a.* to learn; to read, to chant, to recite.

படிப்பிக்கிறது—பித்தேன்—பிப்பேன், *v. causal,* to cause to learn, to teach. *Governs two Accusatives.*

படுகிறது—பட்டேன்—படுவேன், *v. a.* to suffer; to be the patient in an action. A. G. Sect. 76 and 107.

படுக்கை, *sub.* a bed, a couch.

படுக்கிறது—படுத்தேன்—படுப்பேன், *v. n.* to lie down.

படுத்துகிறது—த்தினேன்—துவேன், *v. causal,* to cause to suffer. A. G. Sect. 107.

படையாட்சி, *sub.* one of a particular caste of Soodras or cultivators; *synonymous with* பள்ளி.

பட்சம், *written also* பக்கம், *sub.* (पक्षः) love, affection, partiality; the side.

பட்டிக்காடு, *sub.* a hamlet, a woodland village: "பட்டிக்காட்டிலே விற்கிறது, aller vendre par les villages." *M.S. Dict.*

பட்டினி, *sub.* the state of fasting, *or rather*, of subsisting on very light diet; regimen.

பணம், *sub.* (पण) a fanam; a silver coin of which forty-five make a Star Pagoda (ஹூவராகன்). The fanam varies in value in different parts; at

Madras it is equal to about $2\frac{1}{8}$*d.* There are likewise gold fanams, chiefly in use on the Western side of the Peninsula: the word is also used, like the *Lat.* nummus, for money in general.

பணிகிறது—பணிந்தேன்—பணிவேன், *v. n.* to stoop, to lower or humble one's self.

பணியாரம், *sub.* a cake, a fritter.

பண்டாரம், *sub.* one of a peculiar sect of Shaivas, who, though not Brahmans, devote their lives to religion and subsist on charity.

பண்ணுகிறது—பண்ணினேன்—பண்ணுவேன், *v. a.* to make, to do.

பதலம், *written also* பதனம், caution, care, circumspection.

பதறுகிறது—பதறினேன்—பதறுவேன், *v. n.* to be in a hurry, to be over hasty.

பதுங்குகிறது—பதுங்கினேன்—பதுங்குவேன், *v. n.* to crouch, to skulk for the purpose of concealment.

பதைக்கிறது—பதைத்தேன்—பதைப்பேன், *v. n.* to palpitate, to pant.

பத்தி, *sub.* (भक्तिः) piety, faith.

பத்து, *num.* ten; *marked thus,* ௰: *sometimes used indefinitely, as* பத்துப்பேர், a number of persons.

பத்துகிறது, *see* பற்றுகிறது.

பயணம், *sub.* (प्रयाणं) a journey.

பயந்தேன், *def. v. when used separately, it has only the past tense; but it is generally employed in conjunction with the auxiliary verb* இருக்கிறது, *or the verb* படுகிறது; I feared.

பயம், *sub.* (भयं) fear.

பயிர், *sub.* grain of various sorts, as growing in the fields, legumes or pulse.

பரம, *adj.* (परम) great, grand; *never used but in composition.*

பரமார்த்தன், *sub.* a simpleton.

பராக்கு, *sub.* inattention, careless gaping, absence of manner.

பரிகாசம், *written also* பரியாசம், *sub.* (परिहासः) a joke, drollery, pleasantry, mockery.

பரிச்சேதம், *sub.* (परिच्छेद) total destruction; *used adverbially, with a negative, it denotes positive refusal, and may be rendered* absolutely not, positively not.

பரிமளம், *sub.* (परिमलः) a pleasing odour.

பரியந்தம், *sub.* (पर्यन्तं) a boundary, a measure; *adv.* until.

பல, *adj.* different, several, many.

பலன், *spelt also* பலம், profit, advantage, reward.

பழம், *adj.* old, *from* பழமை, age.

பழம், *sub.* a ripe fruit.

பழுதை, *sub.* a hay or straw band.

பழுப்பு, *sub.* a brown colour, *properly* the colour of dead leaves.

பழையது, *vineikkoorrippoo or conjugated derivative, from* பழமை; what is old, not recent, ancient; cold rice boiled the preceding night and usually forming the morning meal.

பளபள, *a natural word,* expressing the glimmer of twilight, the glitter of a spangle.

பள்ளம், *sub.* a hollow, a valley, a depth, a hole.

பறக்கிறது—பறந்தேன்—பறப்பேன், *v.n.* to fly.

பறிக்கிறது—பறித்தேன்—பறிப்பேன், *v. a.* to obtain possession by seizure; to pillage; to cull; to pounce on.

பற்றவைக்கிறது—வைத்தேன்—வைப்பேன். *v. a.* to light, to set fire to.

பற்றுகிறது—பற்றினேன்—பற்றுவேன், *v. a.* to seize, to take; to overtake; to kindle, to excite; to attach one's self to; to consider, to take into account.

பாகு, *sub.* a turban; *see* தலைப்பாகு.

பாக்கியம், *sub.* (भाग्यं) happiness, good fortune.

பாக்கு, *sub.* betel nut, the fruit of the கமுகு or Areca (Areca Catechu).

பாடு, *sub.* suffering, pain, misfortune.

பாடுகிறது—பாடினேன்—பாடுவேன், *v. a.* to sing.

பாட்டம்பாட்டமாய்ப் பெய்கிறது, to rain in intermitting showers.

பாட்டன், *sub.* a grandfather.

பாதி, *sub.* a part, the half.

பாய், *sub.* a mat; a sail, which in India is frequently made of matting.

பாய்கிறது—பாய்ந்தேன்—பாய்வேன், *v. a.* and *n.* to strike upon, to play upon (as a water engine on a fire), to leap upon (as a tiger on his prey); to flow; to be mixed or shot (as one colour with another in a cloth).

பாரம், *sub.* (भारः) a weight of twenty துலாம்; weight in general, importance.

பாரிசம், *sub.* (पार्श्वः) the side; வலதுபாரிசம், the right side.

பார்க்கிறது—பார்த்தேன்—பார்ப்பேன், *v. a.* to see, to notice, to examine.

பாலை, *sub.* a kind of parasitical plant (Asclepias volubilis).

பால், *sub.* milk.

பிச்சை, *sub.* (भिक्ष) alms.

பிடிக்கிறது—பிடித்தேன்—பிடிப்பேன், *v. a.* to seize, to lay hold of, to catch.

பிடுங்கிறது—பிடுங்கினேன்—பிடுங்குவேன், *v. a.* to pluck out, to depose, to turn out.

பிணம், *sub.* a corpse.

பிதற்றுகிறது, *spelt also* பிதத்துகிறது—பிதற்றினேன்—பிதற்றுவேன், *v. n.* to talk incoherently (as one in a delirium).

பிதா, *sub.* (पिता) a father.

பிந்துகிறது—பிந்தினேன்—பிந்துவேன், *v. n.* to be behind.

பிரமிக்கிறது—பிரமித்தேன்—பிரமிப்பேன், *v. a.* to astonish, to astound, to amaze.

பிராமணன், *sub.* (ब्राह्मणः) a brahman.

பிலக்கு, *a natural word,* expressive of the sound and force of a blow; whack!

பிழைக்கிறது—பிழைத்தேன்—பிழைப்பேன், *v. n.* to gain a livelihood, to subsist; to recover from sickness.

பிறகு, *sub.* the after part; *used adverbially,* behind, afterwards.

பிறக்கிறது—பிறந்தேன்—பிறப்பேன், *v. n.* to be born, to spring, to proceed, to arise.

பிரபஞ்சம், *sub.* (प्रपञ्च) the world, all nature.

பிறப்படுகிறது—பிறப்பட்டேன்—பிறப்படுவேன், *v. n.* to set out on a journey.

பிறயாசம் or பிரயாசம், *sub.* (प्रयासः) labour, trouble, pains.

பிறப்பு, *sub.* birth, nativity.

பிற்பாடு, *postposition, governs a dat.* after, since.

பிறுமாண்டம், *sub.* (ब्रह्माण्ड) mightiness, grandeur.

பிற்றல், *sub.* a rent or fissure.

பின், *postposition*, behind, after; *governs a genitive or dative.*

பின்பு, *sub.* what is after or behind; *often used adverbially.*

பின்வாங்குகிறது, *comp. of* பின், *and* வாங்குகிறது, *q. v.* to retract, to intermit, to recede.

பின்றட்டுவார், *sub.* a crupper.

பின்னை, *adv.* moreover; *often used in conversation as an expletive.*

பீறுகிறது—பீறினேன்—பீறுவேன், *v. a.* to tear, to rend.

புகழுகிறது, *written also* புகழ்கிறது—புகழ்ந்தேன்—புகழுவேன், *v. a.* to praise.

புகழ், *sub.* praise.

புகை, *sub.* smoke.

புகைகிறது—புகைந்தேன்—புகைவேன், *v. n.* to smoke or emit smoke.

புகைக்கிறது—புகைத்தேன்—புகைப்பேன், *v. causal*, to cause to smoke, to expose to smoke.

புதைக்கிறது—புதைத்தேன்—புதைப்பேன், *v. a.* to bury, whether a corpse or treasure.

புகையிலை, *sub. comp. of* புகை, *q. v. and* இலை, a leaf; tobacco.

புண்ணியம், *sub.* (पुण्यं) virtue, a good action.

புது, *adj.* new.

புத்தி, *sub.* (बुद्धिः) sense, wisdom, understanding.

புத்திமான், *sub.* (बुद्धिमान्) a wise or sensible man.

புரளுகிறது—புரண்டேன்—புரளுவேன், *v. n.* to roll about, to wallow, to burst its banks (a river).

புருஷன், *sub.* (पुरुषः) a husband.

புரோகிதம், *sub.* a prophecy or thing predicted.

புரோகிதன், *sub.* (पुरोहितः) a family priest, or an astrologer who predicts lucky and unlucky days, and details the circumstances contained in the பஞ்சாங்கம் or almanack.

புலி, *sub.* a tiger, any animal of the tiger kind.

புல் or புல்லு, *sub.* grass.

புறக்காரணம், *sub. comp. of* புறம், the exterior, *and* காரணம், कारणं, a cause; an extraneous cause.

புறச்சமயம், *sub. comp. of* புறம், the exterior, *and* சமயம், समयं, established custom; a certain sect. "Ordinairement on distingue deux sortes de சமயம் sans qu' on sache bien sur quoi se fonde cette distinction. Les six interieures sont, &c. *see the word* உட்சமயம். Les six sectes exterieures sont, 1. லோகாயுதம், peu connue. 2. புத்தர், secte de Buddha. 3. சமணர், secte, aujourd'hui fort odieuse, qui adore அருகன்: c'est de cette secte que sont sortis la plûpart des livres de sciences. 4. மீமாங்கஉடம். 5. பஞ்சராத்திரி, secte de la cinquième nuit, parceque, lors qu' il y a cinq vendredis a un mois, ils celebrent la nuit du cinquieme avec de grandes abominations. 6. மாயவாதிமதம், secte des phantastiques qui n' admettent rien de réel, excepté peut-être Dieu." *M.S. Dict.*

புறத்தி or பிறத்தி, *sub.* the outward side, abroad, not in doors; *used adverbially*, elsewhere.

புறஞகாந்திரம், *sub. comp. of* புறம், *q. v. and* ஞகாந்திரம், *q. v.* an extraneous origin.

புறம், *sub.* a side, the outside.

புனல், *sub.* water.

பூ, *sub.* a flower.

பூங்காவனம், *sub. comp. of* பூங்கா, a flower garden, *and* வனம், वनं, a grove; a garden in a grove.

பூசணிக்காய், *sub.* a gourd, a pumpkin (Cucurbita hispida. *Thmb.*).

பூசுகிறது—பூசினேன்—பூசுவேன், *v. a.* to smear, to daub, to anoint.

பூசை, *sub.* (पूजा) worship; which, as performed in a Hindoo temple, consists in decorating, anointing and making offerings to the idol. Sacred music accompanies this ceremony; the officiating Brahmans chant appropriate Hymns to the Deity, and the Courtezans attached to the establishment propitiate his favour by a solemn dance.

பூச்சியம், *sub.* (पूज्यं) veneration, respect; *as an adj.* venerable; *Gr.* Σεμνὸς.

பூண்டு, *sub.* a shrub, a bush, a plant.

பூந்தேர், *comp. of* பூ, *q. v. and* தேர், a car; a car or litter adorned with flowers for removing the dead.

பூரிக்கிறது—பூரித்தேன்—பூரிப்பேன், *v. a.* and *n.* (पूर) to fill; to rejoice.

பெண், *sub.* a damsel, a woman; the female of quadrupeds.

பெண்டு, *sub.* a woman.

பெய்கிறது—பெய்தேன்—பெய்வேன், *v. n.* to shower down; மழைபெய்கிறது, to rain; பனிபெய்கிறது, the dew to fall; மூத்திரம் பெய்கிறது, *Lat.* mingere.

பெயர், *sub.* a name; *also frequently used for* a person; though, when it has this meaning, it is more correct to spell it பேர்.

பெரிசு or பெரிது, *vineik.* what is great, *from* பெருமை, *sub.* greatness; *adj.* பெரிய, great.

பெருக்கிறது, *sync. for* பெருக்குகிறது—பெருக்கினேன்—பெருக்குவேன், *v. a.* to multiply (in arithmetic); to sweep.

பெருமம், *sub.* greatness, bigness; *adj.* பெரும்.

பெருமூச்சு, *sub. comp. of* பெரும், *q. v. and* மூச்சு, an inspiration; a sigh.

பெலம், *sub.* (बलं) force, power, strength.

பெறுகிறது—பெற்றேன்—பெறுவேன், *v. a.* to obtain, to beget; to bear (a child); to be worth; *adj.* விலைபெற்ற, valuable.

பேசு or பேச்சு, *sub.* a word, a speech, a rumour.

பேசுகிறது—பேசினேன்—பேசுவேன், *v. a.* to speak, to talk.

பேட்டை, *sub.* the suburb of a fort, a bazar, a village.

பேணுகிறது—பேணினேன்—பேணுவேன், *v. a.* to cherish, to nurture.

பேதை, *sub.* an idiot, a fool.

பேதைமை, *sub.* folly, simplicity, idiotism.

பேர், *sub.* a person.

பை, *sub.* a bag, a sack, a purse.

பொதி, *sub.* a bullock-bag; an ox-load. "A Mysore, c'est une mesure de grains qui contient trois சலங்கை." *M.S. Dict.*

பொய், *sub.* a lie, a falsehood.

பொரிக்கிறது—பொரித்தேன்—பொரிப்பேன், *v. a.* to hatch, to sit on eggs; to fry.

பொருந்துகிறது—பொருந்தினேன்—பொருந்துவேன், *v. n.* to agree (respecting wages); to consent.

பொல்லாப்பு, *sub.* evil, a mishap.

பொழுது, *sub.* the sun; time.

பொறுக்கிறது—பொறுத்தேன்—பொறுப்பேன், *v. a.* to brook, to endure; to pardon.

பொன், *sub.* gold, a gold piece, a Pagoda.

போகிறது—போனேன்—போவேன், *v. n.* to go. A. G. Part 2 of Sect. 109.

போக்கன், *sub.* a traveller.

போக்கிறது—க்கினேன்—க்குவேன், *v. causal,* to make to go, to make to pass (time).

போக்கு, *sub.* an excuse, a frivolous excuse, an evasion.

போசனம், *sub.* (भोजनं) food, a meal.

போடுகிறது—போட்டேன்—போடுவேன், *v. a.* to throw; to place. A. G. Part 1 of Sect. 106.

போது, *sub.* time; *used chiefly in composition.* A. G. Sect. 152.

போதும், *v. def. 3rd pers. neut. fut.* it is enough. A. G. Sect. 82.

போமய்யா, *phrase,* go to, friend; *Lat.* agedum.

போருகிறது—போராநதது—போரும், *v. impers.* to be sufficient.

போர்வை, *sub.* a covering, a cloak, a cloth, the end of a cloth.

போல—போல்—போலே, *infin. used adverbially; from the obsolete verb* போலுகிறது, to be like; like.

மகன், *sub.* a son; மகள், a daughter.

மகா, *adj.* (महान् *or* महा) great, grand, mighty.

மகிமை, *sub.* (महिमा) dignity, grandeur, glory.

மகிழ்கிறது or மகிழுகிறது—மகிழ்ந்தேன்—மகிழுவேன், *v. n.* to rejoice.

மகிழ்ச்சி, *sub.* delight, pleasure.

மடப்பள்ளி, *sub.* the kitchen of a Pagoda or Choultry.

மடம், *sub.* (मठः) a sort of convent, where holy men dwell together retired from the world.

மடி, *sub.* the lap, the bosom; *Lat.* gremium.

மடிகிறது—மடிந்தேன்—மடிவேன், *v. n.* to die, to perish.

மடையன், *sub.* a dunce, an idiot.

மட்டி, *sub.* a simpleton.

மட்டு, *sub.* a limit, a bound, a measure. A. G. Sect. 150.

மணக்கிறது—மணந்தேன்—மணப்பேன், *v. n.* to smell sweetly, to emit a sweet odour.

மணம், *sub.* an agreeable odour.

மண், *sub.* earth, ground.

மதிக்கிறது—மதித்தேன்—மதிப்பேன், *v. a.* to estimate, to appraise.

மத்தியானம், *sub.* (मध्याह्नः) noon.

மந்திரம், *sub.* (मन्त्रः) a spell, an incantation; a prayer.

மயக்கம், *sub.* a swoon; a reverie, a bewildered or bewitched state.

மரம், *sub.* a tree, timber, wood.

மலிவு, *sub.* cheapness, an easy rate.

மல்லாக்க, *or better* மல்லார்க்க, *infin. used adverbially, from* மல்லார்க்கிறது, to throw on the back; supinely, thrown on one's back.

மழை, *sub.* rain.

மறக்கிறது—மறந்தேன்—மறப்பேன், *v. a.* to forget.

மறி, *sub.* a foal; *also* the young of certain other animals when affixed to their respective names, *as* ஆட்டு மறி, a lamb.

மறிக்கிறது—மறித்தேன்—மறிப்பேன், *v. a.* to arrest, to stop, to detain.

மறியல், *verbal sub.* an arrest, a detention.

மறு, *adj.* another, the next.

மறுக்கிறது—மறுத்தேன்—மறுப்பேன், *v. a.* to oppose, to disobey, to contradict, to reject, to refute.

மறுத்து, *vineiyech. used adverbially, from* மறுக்கிறது, *q. v.* anew, over again.

மறுமொழி, *sub. comp. of* மறு, *q. v. and* மொழி, a word; an answer.

மறுவுத்தரம், *sub. comp. of* மறு, *q. v. and* உத்தரம், उत्तरं; an answer.

மறைக்கிறது—மறைத்தேன்—மறைப்பேன், *v. a.* to conceal, to hide.

மறைவு, *verbal sub.* shelter, concealment.

மற்ற, *adj.* other, the other.

மனதிரங்கிறது, *see* இரங்கிறது.

மனம், *written also* மனசு *or* மனது, *sub.* (मनः) the mind.

மனுஷன், *written also* மனிதன் *or* மனுதன், (मनुष्यः) a man.

மனையாட்டி, *sub. from* மனை, a house; the woman of the house, a housewife, a wife.

மனைவி, *sub. from* மனை, a house; a housewife, a wife.

மன்றாடுகிறது—மன்றாடினேன்—மன்றாடுவேன், *v a.* to beseech, to entreat.

மாங்கிஷம், *sub.* (मांसं) flesh, meat; *applied also to* the flesh of fish.

மாடு, *sub.* an ox, a cow.

மாட்டுகிறது—மாட்டினேன்—மாட்டுவேன், *v. n.* to be entangled, to adhere, to catch.

மாட்டேன், *neg. v. 1st pers. sing. from* மாட்டுகிறது, to be able and willing; I will not. A. G. Sect. 79, and Note in Page 89.

மாத்திரம், *adv.* (मात्रं) only. A. G. Part 1 and 2 of Sect. 151.

மாம்சம், *sub.* (मांसं) flesh, meat; *applied also to* the flesh of fish.

மாய்கிறது—மாய்ந்தேன்—மாய்வேன், *v. n.* to languish, to die.

மார்பு, *spelt also* மார், *sub.* the breast, the chest.

மிகவும், *infin. with the particle* உம், *used adverbially, from* மிகுகிறது, to increase; greatly.

மிஞ்சுகிறது—மிஞ்சினேன்—மிஞ்சுவேன், *v. n.* to increase, to exceed; to grow proud.

மிதக்கிறது—மிதந்தேன்—மிதப்பேன், *v. n.* to float (as a raft).

மிதிக்கிறது—மிதித்தேன்—மிதிப்பேன், *v. a.* to tread under foot, to stamp on.

மிருகம் *spelt also* மிறுகம், *sub.* (मृगः) a beast, a wild animal.

மிலேச்சன், *spelt also* மிலேச்சன், *sub.* (म्लेच्छः) a fool, one who wants common sense.

மீண்டு, *vineiyech.* and மீளவும், *infin. both used adverbially, from* மீளுகிறது, *q. v.* again.

மீளுகிறது—மீண்டேன்—மீளுவேன், *v. n.* to turn, to take a turn, to change.

மீன், *sub.* a fish.

முகத்துவார், *sub. comp. of* முகம், *q. v. and* வார், *q. v.* a bridle.

முகம், *sub.* (मुखं) the face, the visage, the countenance.

முகருகிறது, *written also* மோருகிறது—முகர்ந்தேன்—முகருவேன், *v. a.* to smell.

முகாந்திரம். *sub.* an origin, a motive, a cause: அவன்முகாந்திரம், by his means.

முகிகிறது—முகிந்தேன்—முகிவேன், *v. n.* to be complete, to terminate: முகிவுகாலம், the time of ending, *i. e.* of death.

முகிர்த்தம், *spelt also* முகூர்த்தம், *sub.* (मुहूर्त्तं) a fortunate time (for any purpose).

முசல், *spelt also* முயல், *sub.* a hare.

முடி *or* முடிவு, *sub.* an end; *also* a crown; the hair fastened in a tuft at the top of the head.

முடிகிறது—முடிந்தேன்—முடிவேன், *v. n.* to finish, to terminate; *also* to be platted or knotted.

முடுக்கு, *sub.* a lane, an alley without a thoroughfare.

முட *or* முடவும், *infin. used adverbially, from* முட்டுகிறது; to the end, entirely.

முடி, *verbal adj.* cutting or knocking (one leg against another), limping.

முட்டை, *sub.* an egg.

முணமுண, *natural word*, expressive of mumbling or muttering.

முதல், *sub.* the commencement; the principal (of a sum of money); stock in trade; *adj.* the first; முதலாய், *adv.* even; முதற்கொண்டு, beginning with, from: *as*, இன்றைக்குமுதற்கொண்டு, beginning with to-day, *i. e.* from henceforth.

முதுகு, *sub.* the back.

முண்டாசு, *sub.* a turban; *a word in use among Mahrattas and Musselmans.*

முந்தி, *vineiyech. from* முந்துகிறது, to go before; *used adverbially*, before.

முப்பது, *num.* thirty; *marked thus*, ௩௰.

முழம், *sub.* a cubit. *This word signifies also* the elbow *or* the knee, *according as it may be prefixed to the word* கை, the arm, *or* கால், the leg.

முழு, *adj.* whole, entire; முழுதும் *or* முழுதாய், *adv.* all, altogether, wholly.

முளைக்கிறது—முளைத்தேன்—முளைப்பேன், *v. n.* to spring up, to shoot up, to grow.

முள்ளு, *sub.* a thorn, a spur, a fish-bone.

முரடன், *sub.* an obstinate or stubborn person.

முறிகிறது—முறிந்தேன்—முறிவேன், *v. n.* to break.

முறிக்கிறது—முறித்தேன்—முறிப்பேன், *v. a.* to break.

முறுக்கிறது, *sync. for* முறுக்குகிறது—முறுக்கினேன்—முறுக்குவேன், *v. a.* to twist; *v. n.* to grumble, to mutter.

முறை, *sub.* a time; *Fr.* fois; a turn or alternation; a custom, a rite; a relationship.

முறைப்பாடு, *sub.* a complaint, representation of injuries.

முற்றம், *sub.* the open court in an Indian house.

முன், முன்பு, முன்பாக, *postposition*, before; *whether as respects* time or place.

முன்னோர், *sub. pl.* forefathers, ancestors.

முஸ்திப்பு, *sub.* apparatus, furniture.

மூக்கு, *sub.* the nose; *also used for* the beak of birds, the mouth-piece of a trumpet, the lip of a lamp.

மூச்சு, *sub.* an inspiration or inhalement.

மூடன், *sub.* a blockhead, a fool.

மூடுகிறது—மூடினேன்—மூடுவேன், *v. a.* to cover up, to shut, to close, to conceal.

மூத்திரம், *sub.* (मूत्रं) urine.

மூர்த்தி, *sub.* (मूर्त्तिः) a body, a person, a god.

மூலை, *sub.* a corner (of a room or building); a quarter or Rhumb.

மூளி, *sub.* deprived of an ear; with a broken neck (a bottle).

மூன்று, *num.* three; *marked thus* ௩.

மெத்த, *adj.* much, very.

மெய், *sub.* truth.

மெள்ள, *adv.* gently.

மேடு, *sub.* a hillock, a rising ground.

மேய்கிறது—மேய்ந்தேன்—மேய்வேன், *v. n.* to feed, to graze.

மேய்க்கிறது—மேய்த்தேன்—மேய்ப்பேன், *v. a.* to feed (a flock).

மேல், *sub.* the upper part; *used as a postposition*, above, upon, after. A. G. Sect. 147.

மொய்க்கிறது—மொய்த்தேன்—மொய்ப்பேன், *v. n.* to crowd together, to swarm as bees.

மோசம், *sub.* difficulty, danger; deceit.

மோடு, *written also* மூகடு, *sub.* the roof of a house.

மோழை, *sub.* a stump, a block: மோழைமாடு, an ox without horns, or with only the stumps of the horns remaining.

யுத்தி, *sub.* (युक्तिः) sense, wit, attention.

யோகம், *sub.* (योगः) union, conjunction of the stars.

யோக்கியம், *sub.* (योग्यं) worthiness, propriety, decorum.

ராசா, *sub.* (राजा) a king.

ரா, ராவு, ராத்திரி, *sub.* (रात्रिः) night.

ரூபம், *sub.* (रूप) figure, form, shape; *hence* beauty: *as*, ரூபமுள்ளவள், a beautiful woman.

லாயம், *sub.* a stable.

ലജ്ജാക്കേട്, *sub. comp. of* ലജ്ജ, लज्जा, modesty, *and* കേട്, loss; disgrace, shame, a shameful action.

ലെത്തി *or* ലത്തി, *sub.* dung.

ലോകാദ്യന്തം, *sub. comp. of* लोक, the world, आदि, first, *and* अन्त, final; from one end of the world to the other, universally.

വക, *sub.* a manner, a mode; a kind, a species.

വചനം, *sub.* (वचनं) speech. "Paroles qui font un sens." *M.S. Dict.*

വശ, *spelt also* ശവശ, abuse, scolding.

വടികിന്നു—വടിഞ്ഞേൻ—വടിവേൻ, *v. n.* to transude, to drip down.

വണങ്ങുന്നു—വണങ്ങിനേൻ—വണങ്ങുവേൻ, *v. a.* to revere, to adore, to salute with respect.

വയസു *or* വയസ, *sub.* age, years (as indicating age): *as,* അവന്നുക്കെത്ര ഉണ്ടാ വയസ, what age is he? പത്തുവയസ, ten years old.

വയൽ, *sub.* meadow land, fit for the cultivation of rice.

വയറ, *sub.* the belly.

വര, വര, *infin. repeated, of the verb* വരുന്നു, *q. v. used adverbially,* in the sequel, in the course of time; continually.

വരവു, *sub.* an income, receipt, revenue.

വരി, *sub.* tribute.

வரிசை, *sub.* order, arrangement, rule, regulation, a row.

வருகிறது—வந்தேன்—வருவேன், *v. n.* to come; to be attainable. A. G. Part 1 of Sect. 110, and Part 2 of Sect. 106.

வருஷம், *sub.* (वर्ष:) a year.

வலம், *sub.* the right side; *adj.* right (not left).

வலி, *sub.* pain, spasm.

வழக்கு, *sub.* a dispute, a quarrel, a law-suit.

வழி, *sub.* a way, a road; *metaph.* the manner of doing any thing.

வழிச்சாரி, *sub.* a public road, a beaten path.

வளர்க்கிறது, *written also* வளக்கிறது—வளர்த்தேன்—வளர்ப்பேன் *v. a.* to rear, to bring up, to educate.

வளவு, *sub.* a house, a house or houses in one enclosure.

வள்ளுவன், *sub.* one of a certain caste; the priests of the Pariars, who, though considered vile by the other castes, have various gradations of rank among themselves.

வறளுகிறது—வறண்டேன்—வறளுவேன், *v. n.* to be parched or dried up, by fire—the sun—a fever, &c.

வர்க்கம், *sub.* (वर्ग:) a sort or kind.

வர்த்தமானம், *sub.* (वर्त्तमान्) intelligence, news, business.

வற்றுகிறது—வற்றினேன்—வற்றுவேன், *v. n.* to grow dry, to be dried up.

வாகனம், *sub.* (वाहनं) a vehicle, a conveyance. Usually applied to the cars and animals on which idols are placed, and on which the Deities which they represent are supposed to ride.

வாங்கிறது—வாங்கினேன்—வாங்குவேன், *v. a.* to receive from another's hand; to buy. A.G. Part 1 of Sect. 110.

வாசல், *sub.* a doorway, a gateway.

வாசனை, *sub.* an odour.

வாசிக்கிறது—வாசித்தேன்—வாசிப்பேன், *v. a.* to read; to play on stringed instruments.

வாடகை *or* வாடை, *sub.* hire, the letting out to hire.

வாதை, *sub.* (बाधा) pain, torment.

வாய், *sub.* the mouth; the opening of a bag—of a wound, &c.

வார், *sub.* a thong, reins; those enumerated as belonging to a saddle horse are மூக்குவார், இறுக்குவார் and தாம்புணிவார், *q. v.*

வால், *sub.* the tail, a train.

வாழ்த்துகிறது—வாழ்த்தினேன்—வாழ்த்துவேன், *v. a.* to praise, to wish prosperity to.

வாழ்வு, *sub.* pleasure, prosperity.

வாறு, *sub.* a way, a manner; *never used alone; generally in composition with the demonstrative pronoun.*

வார்த்தை, *spelt also* வார்த்தை, *sub.* a word, a speech.

விக்கிரகம், *sub.* (विग्रहः) a statue, an idol.

விசாரணை, *sub.* (विचारणा) consideration.

விசாரம், *sub.* (विषादः) sadness, thoughtfulness, solicitude.

விசாரிக்கிறது—விசாரித்தேன்—விசாரிப்பேன், *v. a.* to think of, to care for; to provide respecting; to enquire into.

விசிருகிறது or விசிறுகிறது—விசிறினேன்—விசிறுவேன், *v. a.* to fan.

விசேஷம், *sub.* (विशेषः) an especial thing; *adj.* especial.

விசை, *sub.* a time or bout; a blow; a spring.

விடிகிறது—விடிந்தேன்—விடிவேன், *v. n.* to rise (*as* the sun), to break forth (*as* the dawn).

விடுகிறது—விட்டேன்—விடுவேன், *v. a.* to quit, to leave, to abandon; to open (the mouth). A. G. Part 2 of Sect. 109.

விடுதி, *sub.* a caravansary, an inn.

விட்டுவிடுகிறது, *v. a. the verb* விடுகிறது *following its own vineiyech.* to abandon entirely, to set at liberty.

விதம், *sub.* (विधः) a kind, a sort, a manner.

விதி, *sub.* (विधिः) destiny, fate.

வித்தை, *sub.* (विद्या) an art or science, a craft, legerdemain.

விந்தை, *sub.* an ornament, a specimen of art, a curiosity; விந்தையான, ornamental, curious, elegant.

விபரம், *sub.* a detail, a particular account.

வியாபாரம், *sub.* (व्यापारः) commerce, traffic, merchandize.

வியாபாரி, *sub.* (व्यापारी) a merchant.

விரல், *sub.* a finger, a thumb, a toe.

விரிக்கிறது—விரித்தேன்—விரிப்பேன், *v. a.* to spread, to stretch, to extend; *metaph.* to amplify or relate at large.

விரிவு, *sub.* extension; *metaph.* detail.

விரும்புகிறது—விரும்பினேன்—விரும்புவேன், *v. a.* to desire.

விதைக்கிறது—விதைத்தேன்—விதைப்பேன், *v. a. from* விதை, seed; to sow seed.

விலகிறது, *sync. for* விலகுகிறது—விலகினேன்—விலகுவேன், *v. a.* to turn from, to avoid, to flee from.

விலை, *sub.* a price, a value.

விழத்தட்டுகிறது—தட்டினேன்—தட்டுவேன், *v. a. comp of* விழுகிறது, *q. v. and* தட்டுகிறது, to knock; to dash out of another's hand.

விழிக்கிறது *or* மிழிக்கிறது—விழித்தேன்—விழிப்பேன், *v. n.* to open one's eyes, to awake.

விழிப்பு, *sub.* a wild stare of alarm; விழிப்பாட மாய், *adv.* staringly, in a staring manner.

விழுகிறது—விழுந்தேன்—விழுவேன், *v. n.* to fall.

விழுங்கிறது, *written also* ழுழுங்கிறது—விழுங்கினேன்—விழுங்குவேன், *v. a.* to devour, to swallow up: *only applied to animals, or inanimate objects personified.*

விழும்புகிறது, *written better* விரும்புகிறது—விழும்பினேன்—விழும்புவேன், *v. a.* to desire.

விறைக்கிறது—விறைத்தேன்—விறைப்பேன், *v. n.* to grow stiff or erect (as the ears of a hare).

வினா, *sub.* a question, an interrogation.

வீசுகிறது—வீசினேன்—வீசுவேன், *v. n.* to strike or dart (*as* rays); to blow (*as* the wind); to stream forth (*as* an odour).

வீச்சு, *sub.* a blow, a stroke, a throw.

வீடு, *sub.* a house; the squares on a chess board.

வெகு, *adj.* (वहु) many, much, very.

வெகுமானம், *sub.* (वहुमानं) an honour, a present from a superior.

வெகுளி, *sub.* rage.

வெகுளுகிறது—வெகுண்டேன்—வெகுளுவேன், *v. n.* to grow angry.

வெட்டரிவாள், *sub. comp. of* வெட்டு, *root, or indefinite part. of* வெட்டுகிறது, to hew, *and* அரிவாள், *q. v.* a chopper or bill.

வெட்டவெளி, *sub.* an open field or plain; வெட்டவெளியாய், *adv.* openly, publicly.

வெட்டுகிறது—வெட்டினேன்—வெட்டுவேன், *v. a.* to cut, to hew, to dig, to engrave.

வெந்நீர், *sub. comp. of* வெம், *contracted for* வெகும், *from* வெகிறது, *q. v. and* நீர், *q. v.* hot water.

வெயில், *spelt also* வெய்யில், *sub.* heat of the sun, glare, sunshine.

வெளி, *sub.* an open space, a field; *adj.* open, public.

வெளிவெடுகிறது, *v. a. comp. of* வெளி, *q. v. and* வெடுகிறது, *q. v.* to divulge, to make manifest.

வெளுப்பு, *sub.* whiteness, the colour white.

வெறுமனே, *adv.* in vain, emptily, without advantage, without foundation.

வெற்றிலை *or* வெத்திலை, *sub.* Betel leaf, (Piper Betel).

வேகம், *sub.* (वेग:) swiftness, impetuosity, haste, heat, anger.

வேகிறது—வேநதேன்—வேகுவேன், *v. n.* to be hot, to burn.

வேங்கை, *sub.* a royal tiger.

வேஷ்டி, *sub.* (वेष्ट) a cloth of four cubits.

வேணும், *or more properly* வேண்டும், *used impersonally, from* வேண்டுகிறது, *q. v.* it is necessary, it is desired. A. G. Sect. 78.

வேண்டாம், *neg. impers. verb,* it need not be, it must not be, it is not desired.

வேண்டிய, *contracted for* வேண்டின, *past part. from* வேண்டுகிறது, *q. v.* wanted, desired.

வேண்டுகிறது—வேண்டினேன்—வேண்டுவேன், *v. a.* to wish, to desire, to pray.

வேர்வை, *sub.* sweat.

வேலை, *sub.* work, labour, a business.

வேளை, *sub.* a time, an opportunity, an occasion.

வேறு, *adj.* separate, different, other.

வேறுபட, *infin. used adverbially, from* வேறுபடுகிறது, to change; separately.

வேனிற்காலம் *or* வேனற்காலம், *comp. of* வேனல், heat, *and* காலம், *q. v.* the hot season.

வைக்கிறது—வைத்தேன்—வைப்பேன், *v. a.* to keep; to place, to lay, to put, to set.

வைத்துக்கொள்ளுகிறது, *v. a. comp. of* வைத்து, *vineiyech. from* வைக்கிறது, *q. v. and* கொள்ளுகிறது, *q. v.* to suppose; to grant or admit (for the sake of argument).

# ANALYSIS.

# CONTRACTIONS USED IN THE ANALYSIS.

| | |
|---|---|
| Abl. | Ablative Case. |
| Acc. | Accusative Case. |
| Adj. | Adjective. |
| Adv. | Adverb. |
| A. G. | Anderson's Grammar. |
| C. Abl. | Causal Ablative Case. |
| Comp. | Compound. |
| Conj. | Conjunction. |
| Cop. Conj. | Copulative Conjunction. |
| Dat. | Dative Case. |
| Defect. | Defective. |
| Der. | Derived from. |
| Deriv. | Derivative. |
| Fem. | Feminine. |
| Fin. | Final. |
| Fut. | Future Tense. |
| Gov. | Governed by. |
| Hon. | Honorific Form. |
| I. Abl. | Instrumental Ablative. |
| I. C. W. | In Construction with. |
| Imp. | Imperative Mood. |
| Impers. | Impersonal Verb. |
| In. | Initial. |
| Ind. | Indicative Mood. |
| Infin. | Infinitive Mood. |
| Interj. | Interjection. |
| Interrog. | Interrogative. |
| L. Abl. | Local Ablative. |
| Masc. | Masculine. |
| Neg. | Negative. |
| Neut. | Neuter. |
| Nom. | Nominative Case. |
| Ord. | Ordinal. |
| P. | Part of a Section in Anderson's Grammar. |
| P. Adj. | Pronoun Adjective. |
| Pagh. | Paghupadam or Derivative Noun. |
| Part. | Participle. |
| Past. | Past Tense. |
| Pers. | Person or Personal. |
| P.Dem.Pron. | Proximate Demonstrative Pronoun. |
| Pl. | Plural Number. |
| P. N. | Proper Name. |
| Pres. | Present Tense. |
| Reflect. | Reflective. |
| R.Dem.Pron. | Remote Demonstrative Pronoun. |
| S. | Section in Anderson's Grammar. |
| S. Abl. | Social Ablative Case. |
| Sing. | Singular. |
| Sub. | Substantive. |
| V. | Verb. |
| Vett. | Vett-ttoomeiporool, or Noun, with the form of the Nominative Case and the signification of the Oblique or Genitive. A. G. S. 26. |
| Vett.Togh. | Vett-ttoomeittoghei, the Oblique, or Aorist, Case. A. G. S. 43. |
| Vin. | Vinciyechcham of the past tense, sometimes called Gerund. A. G. S. 72. |
| Vineik. | Vineikkoorrippoo or Conjugated Derivative. A. G. S. 126. |
| Voc. | Vocative Case. |

The *numeral letters* followed by *figures* mark a reference to the *sentences* and *words* of the Analysis: thus, "see II. 7," signifies, see the *seventh word* of the *second sentence.*

The dependence of Adjectives and Participles on the Substantives which they qualify, is not always stated: and, in like manner, I have not deemed it necessary to notice obvious cases of grammatical concord.

When one word depends on, or qualifies another, and yet is undeclined, I have called the former *in construction with* the latter, to distinguish this case from that wherein there is a conformity of gender, number, &c. which I have expressed by the word *agreement.*

# ANALYSIS

OF

# THE FIRST STORY.

## I.

There was[5] a[3] Gooroo[4] called[2] Paramārtan.[1]

[1] பரமார்த்தன், *p. n. sing. nom.* coupled by the *connective vin.* என்று, with குருவானவர், with which word it may therefore be considerd in apposition. [2] என்று, from என்கிறது, *connective vin.* A. G. P. 1 and 2 of S. 103; the fin. உ cut off,* A. G. S. 13. [3] ஒரு, *num. adj.* A. G. P. 1 of S. 134. [4] குருவான வர், *sub.* comp. of *sub.* குரு, and ஆனவர்,† *past*

---

* For the sake of brevity, the elision of the letter உ, according to A. G. S. 13, and the interposition of the letter ய or வ, according to A. G. S. 14, will not again be noticed. A comparison of the words connected together, as in the Tamul text, with the same words separated, as in the Analysis, will plainly shew the application of these rules, which are so frequently used as to make it worth while to dispose of them once for all.

† The verbal pagh. ஆனவன், ஆனவள், ஆனது, are frequently added by a pleonasm to nouns substantive: thus, குருவானவன், *literally*, he who is the Gooroo, *i. e.* the Gooroo.

*verbal pagh. masc.* from ஆகிறது, A. G. P. 1 of S. 113, *sing. nom. hon.* before the *v.* இருந்தார். [5] இருந்தார், from இருக்கிறது, *v. past. 3rd pers. sing. hon.* A. G. Note in Page 42, and P. 2 of S. 66.

## II.

Five persons,[7] called[6] Matti, Madeiyan, Pēdei, Mileichan and Mōōdan,[5] were[9] as disciples,[8] to do[4] service[3] at his[1] commanding.[2]

[1] அவர், *r. dem. pron.* A. G. S. 43, and Note in Page 37, *vett. hon.* i. c. w. the *verbal noun* ஏவினதுக்கு. [2] ஏவினதுக்கு, from ஏவுகிறது, *past verbal pagh. neut.* A. G. P. 2 of S. 113, *sing. dat. case.* [3] ஊழியம், *sub. sing. nom.* put for *acc.* gov. by the *v.* செய்ய; the fin. ம் changed to ஞ், A. G. S. 31. [4] செய்ய, from செய்கிறது, *v. infin.* gov. by the *v.* இருந்தார்கள். [5] மட்டியும், மடையனும், பேதையும், மிலைச்சனும், மூடனும்; the five foregoing *sub.* here used as *p. n.* are connected by the *cop. conj.* உம், which follows each; they are placed in apposition with ஐவர், through the medium of the *connective vin.* என்ற. [6] என்ற, see I. 2. [7] ஐவர், *num. deriv.* A. G. P. 2 of S. 136, *pl. nom.* to the *v.* இருந்தார்கள். [8] சீஷர்க்களாக, from சீஷன், *sub. pl. nom.* rendered *adverbial* by the addition of the *infin.* ஆக, A. G. P. 3 of S. 97. [9] இருந்தார்கள், from இருக்கிறது, *v. past. 3rd pers. pl.* the letter வ precedes this word,* A. G. S. 14.

---

* See *Note* in the Preceding Page.

## III.

These[1] all six,[2] having gone[9] on foot[3] in the ways[8] of the villages,[7] to enquire for[6] other[4] disciples,[5] in coming[12] again[10] to the Mattam,[11] one[13] day,[14] in the time[17] of the third[15] watch,[16] arrived[21] at a[18] river[19] bank.[20]

[1] இவர்கள், from இவன், *p. dem. pron. pl. nom.* to the *v.* சென்றார்கள். [2] அறுவரும், *num. deriv.* see II. 7, *pl. nom.* in apposition with இவர்கள், the particle உம் is added to imply totality, A. G. P. 4 of S. 140, the fin. ம் changed to ந், A, G. S. 31. [3] கானடையாக, from கானடை, *sub.* comp. of கால், and நடை, united, A. G. S. 37, and rendered *adverbial* by the addition of the *infin.* ஆக, see II. 8. [4] மற்ற, *adj.* [5] சீஷர்களை, from சீஷன், *sub. pl. acc.* gov. by the *v.* விசாரிக்க. [6] விசாரிக்க, from விசாரிக்கிறது, *v. infin.* gov. by சென்றார்கள். [7] கிராமங்கள், from கிராமம், *sub. pl. nom. vett.* A. G. S. 26, i. c. w. the *sub.* வழி, the in. க doubled, A. G. S. 22. [8] வழி, *sub. sing. nom.* for *l. abl.* [9] போய், from போகிறது, *vin.* i. c. w. இவர்கள். [10] திரும்பி, from திரும்புகிறது, *vin.* i. c. w. இவர்கள்; this word *literally* signifies, "having turned," but generally corresponds with the English "again;" the in. ப is doubled, because the preceding word is considered as a *vin.* in இ, of which, in fact, it is a contracted form, A. G. S. 21. [11] மடத்துக்கு, from மடம், *sub. sing. dat.* A. G. P. 3 of S. 47. [12] வருகையில், *l. abl.* of வருகை, *a verbal* in ஐ, A. G. P. 1 of S. 114, from வருகிறது.

[13] ஒரு, *num. adj.* [14] நாள், *sub. sing. nom.* used elliptically for the *l. abl.* the fin. ள் might have been changed to ண், A. G. S. 37. [15] மூன்றாம், *ord. adj.* A. G. P. 2 of S. 147, the fin. ம் changed to ந், A. G. S. 31. [16] சாமம், *sub. sing. vett.* i. c. w. நேரத்தில், the fin. ம் is dropped, A. G. S. 32. [17] நேரத்தில், from நேரம், *sub. sing. l. abl.* A. G. P. 4 of S. 49. [18] ஓர், *num. adj.* the in. ஒ is lengthened, and the fin. உ cut off, A. G. P. 2 of S. 134. [19] ஆற்றம், *adj.* formed from the *sub.* ஆறு, the fin. ம் changed to ங், A. G. S. 31. [20] கரைக்கு, from கரை, *sub. sing. dat.* A. G. P. 3 of S. 47. [21] சென்றார்கள், from செல்லுகிறது, *v. past. 3rd pers. pl.* agreeing with இவர்கள், the in. ச is doubled, A. G. S. 19.

## IV.

The Gooroo[9] thinking thus:[8] "This[1] river[2] is cruel;[3] therefore,[4] at the time[6] that it is awake,[5] it cannot be passed;"[7] having commanded[11] Mileichan,[10] sent (him)[15] to examine[14] the river's[12] sleep.[13]

[1] இந்த, *p. adj.* A. G. P. 1 of S. 60. [2] நதி, *sub. sing. nom.* [3] கொடிது, from கொடுமை, *vineik.* A. G. S. 125 and 126, *3rd pers. sing. neut.* as *a verb*, agreeing with நதி. [4] ஆகையால், *sing. c. abl* of ஆகை, *verbal* in ஐ, from ஆகிறது, A. G. P. 1 of S. 118. [5] விழித்திருக்கும், consisting of விழித்து, *vin.* from விழிக்கிறது, and இருக்கும், *fut. part.* from இருக்கிறது; *comp. part. fut.* used for the *pres.* A. G. P. 1 of S. 92, i. c. w. வேளையில். [6] வேளையில், from வேளை, *sub.*

*sing. l. abl.* A. G. P. 4 of S. 49, the fin. ல் changed to ற், A. G. S. 36. [7]கடக்கப்படாது, *passive voice* of the *neg. v.* A. G. S. 76, comp. of கடக்க, *infin.* from கடக்கிறது, and படாது, *neg. v. 3rd pers. neut.* from படுகிறது. [8]என்று, see I. 2. [9]குருவானவர், see I. 4, *nom.* to the *v.* விட்டார். [10]மிலேச்சனை, from மிலேச்சன், *p. n. acc.* [11]ஏவி, from ஏவுகிறது, *vin.* i. c. w. குருவானவர். [12]ஆற்றின், from ஆறு, *sub. sing. vett. togh.* A. G. Note to Page 37, i. c. w. நீத்தீரை. [13]நீத்தீரை, *sub. nom.* for *acc.* gov. by the *v.* சோதிக்க, the in. ந is dropped, A. G. S. 35. [14]சோதிக்க, from சோதிக்கிறது, *v. infin.* gov. by விட்டார். [15]விட்டார், from விடுகிறது, *v. past 3rd pers. sing. masc. hon.* agreeing with குருவானவர்.

## V.

For this purpose,[1] when he had kindled[6] fire[5] in a tobacco leaf[3] chooroot,[4] carrying along[10] the firebrand,[9] which he bore[8] in his hand,[7] without approaching[13] the river,[12] standing[15] afar off,[14] stretching (it) forth,[16] he[2] immersed[18] it[11] into the water.[17]

[1]உதற்கு, from உது, *r. dem. pron. sing. neut. dat.* A. G. P. 5 of S. 47. [2]இவன், see III. 1, *sing. masc. nom.* to தோய்த்தான். [3]புகையிலை, *sub. sing. vett.* i. c. w. சுருட்டில். [4]சுருட்டில், from சுருட்டு, *sub. sing. l. abl.* the in. ச doubled, A. G. S. 26, the fin. ல் changed to ற், A. G. S. 36. [5]தீ, *sub. sing. nom.* for *acc.* the த changed to ற, A. G. S. 36. [6]பற்றவைக்க, from பற்றவைக்கிறது, *v. infin.* or *vin.* of the *pres.*

used for *vin.* of the *past.* A. G. Note in Page 120, the in. ப is doubled, A. G. S. 18. [7] கையில், from கை, *sub. l. abl.* the in. க is doubled, A. G. S. 22. [8] எந்தின, from எந்துகிறது, *past. part.* i. c. w. கொள்ளிக்கட்டையை, A. G. P. 1 of S. 92. [9] கொள்ளிக்கட்டையை, from கொள்ளிக்கட்டை, *sub. sing. acc.* [10] கொண்டுபோய், from கொண்டுபோகிறது, *vin.* கொண்டு, from கொள்ளுகிறது, and *vin.* போய், from போகிறது, *comp. vin.* i. c. w. இவன். [11] அதை, see V. 1, *acc.* gov. by தேய்த்தான். [12] ஊற்றை, see IV. 12, *acc.*: in this instance, as the rule A. G. S. 14 is not observed, the vowel ஊ is written in its initial form. [13] அண்டாது, from அண்டுகிறது, *neg. vin.* A. G. P. 1 of S. 75, i. c. w. இவன். [14] தூராம், *sub.* used *adverbially*, the fin. ம் is dropped, A. G. S. 32. [15] நின்று, from நிற்கிறது, *vin.* i. c. w. இவன். [16] எட்டி, from எட்டுகிறது, *vin.* also i. c. w. இவன். [17] தண்ணீரிலே, from தண்ணீர், *sub. sing. l. abl.* [18] தேய்த்தான், from தேய்க்கிறது, *v. past. 3rd pers. sing. masc.* agreeing with இவன்.

## VI.

He who was called[9] Mileichan,[8] perceiving that[7] as soon as[2] he immersed it,[1] the water[3] smoked[6] with a hissing noise,[4 5] hurrying,[10] stumbling,[11] falling[12] (and) running,[13] exclaimed,[41] "Sir! Sir![14] it is not[19] now[17] the time[18] to pass[16] the river:[15] it[20] being awake,[21] as soon as[24] I[22] touched it,[23] hissing[28] like[27] a poisonous[25] serpent,[26] smoking[30] in fierce rage[29] (and) leaping,[31] it is indeed[40] a wonder,[39] that saving[37] (my) life,[36] I[35] escaped[38] from the fury with which[34] it opposed[33] me."[32]

[1] தோய்த்து, see V. 18, *past part.* i. c. w. உடன். [2] உடன், *sing. nom.* used elliptically, for the *l. abl.* to denote celerity, A. G. P. 3 of S. 149. [3] தண்ணீர், *sub. sing. nom.* to the *verbal pagh.* புறகநதது, A. G. S. 117, the in. த changed to ற, A. G. S. 33. [4] சுறீர், *a natural, indeclinable word,* A. G. Note to Page 85. [5] என்று, *connective vin.* see I. 2. [6] புறகநதது, from புறகிறது, *past verbal pagh.* agreeing, in its capacity of *v.* with தண்ணீர், and, as a *noun*, *nom.* for *acc.* gov. by கண்டு, A. G. P. 1 and 2 of S. 117. [7] கண்டு, from காண்கிறது, *vin.* i. c. w. மிலைச்சன். [8] மிலைச்சன், see IV. 10, *nom.* to என்றான். [9] என்பவன், from என்கிறது, *fut. verbal pagh. sing. nom. masc.* in apposition with மிலைச்சன், A. G. P. 5 of S. 117. [10] பதறி, from பதறுகிறது, *vin.* i. c. w. மிலைச்சன். [11] தவறி, from தவறுகிறது, *vin.* also i. c. w. மிலைச்சன், the in. த doubled, A. G. S. 21. [12] வெட்டுநது, from வெட்டுகிறது, *vin.* also i. c. w. மிலைச்சன். [13] ஓடி, from ஓடுகிறது, *vin.* also i. c. w. மிலைச்சன். [14] ஐயாவய்யா, *sub. sing. voc.* in the reiterative form, from ஐயன் and வய்யன், which two modes of spelling are used indifferently. [15] நதியை, see IV. 2, *acc.* gov. by the *v.* கடக்க. [16] கடக்க, from கடக்கிறது, *v. infin.* gov. by the *sub.* தறுவாய், the in. க doubled, A. G. S. 20. [17] இப்போ, *adv.* A. G. P. 2 of S. 152. [18] தறுவாய், *sub. sing nom.* to வுன்று. [19] வுன்று, *defect. v. 3rd pers.* A. G. S. 80, agreeing with தறுவாய். [20] வுது, see V. 1, *nom.* to the *part.* எதிர்த்த, which, with the following *noun*, has a *verbal* capacity, according to a peculiar

construction, whereby the force of the *relative*, otherwise wanting in this language, is conveyed: thus, நான் பார்த்த வீட்டுக்கு, "to the house which *I saw*;" அதென்னை யெதிர்த்த வெகுளிக்கு, "to (or from) the rage which *it opposed to* me." [21] வெழுந்திருந்து, see IV. 5, *comp. vin.* of the *past.* i. c. w. அது. [22] நான், *pers. pron. sing. nom.* [23] தொட்ட, from தொடுகிறது, *past part.* being, as to its *verbal* capacity, in regimen with நான், and in its *adj.* character i. c. w. உடனே. [24] உடனே, see VI. 2. [25] நச்சு, *adj* from நஞ்சு. [26] நாகம், *sub. sing. nom.* for *acc.* gov. by the *particle* போலே. [27] போலே, properly the root of the *v.* போலுகிறது, here used as a *particle* of similitude, A. G. P. 2 of S. 100. [28] சீறித்து, from சீறிக்கிறது, *vin.* i. c. w. அது. [29] எரிகோபத்தில், from எரிகோபம், *l. abl.* the fin. ல் changed to ம், A. G. S. 36. [30] புகைந்து, see VI. 6, *vin.* i. c. w. அது. [31] பாய்ந்து, from பாய்கிறது, *vin.* also i. c. w. அது. [32] என்னை, see VI. 22, *acc.* [33] எதிர்த்த, from எதிர்க்கிறது, *past part.* in its *verbal* capacity agreeing with அது, and as an *adj.* qualifying the following word. [34] வெகுளிக்கும், from வெகுளி, *sub. sing. dat.* gov. by the *verbal* தப்பினதே. [35] நான், see VI. 22, *nom.* in regimen with தப்பினதே. [36] உயிர், *sub. nom.* for *acc.* gov. by பிழைத்து. [37] பிழைத்து, from பிழைக்கிறது, *vin.* i. c. w. நான். [38] தப்பினதே, from தப்புகிறது, *past verbal pagh.* as a *verbal*, in regimen with நான், and, as a *noun*, *sing. nom.* subject of the *sub. v.* understood; the *emphatic particle* ஏ is added, A. G. S. 144. [39] அதிசேயம், *sub. sing. nom.* predicate of the *sub. v.* understood, the fin. ம் is changed to ந, A. G. S. 31. [40] தான், *emphatic particle.* [41] என்றான், from என்கிறது, *v. past. 3rd pers. sing. masc.* agreeing with மிலைச்சன்.

## VII.

To that[1] the Gooroo,[2] saying,[10] "What[5] can we[4] do[6] against the divine mind,[3] we will wait[9] a little[7] time;"[8] they sat down[17] in a flowery grove[16] in the vicinity,[11] which spread,[15] making[14] a dark[12] shade.[13]

[1] அதுக்கு, see V. 1. [2] குருவானவர், see I. 4, i. c. w. என்று. [3] தேவதிருவுளத்துக்கு, from தேவதிருவுளம், *sub.* comp. of தேவன், and திருவுளம், *sing. dat.* [4] நாம், see VI. 22, *pl. nom.* A. G. P. 1 of S. 57. [5] என்ன, *interrog. pron.* used absolutely, A. G. P. 2 of S. 62. [6] செய்வோம், from செய்கிறது, *v. fut. 1st pers. pl.* agreeing with நாம், the fin. ம் changed to ஞ், A. G. S. 31. [7] சற்று, *adj.* [8] நேரம், *sub. sing. nom. absolute*, the fin. ம் changed to ங், A. G. S. 31. [9] காத்திருப்போம், *vin.* காத்து, from காக்கிறது, and இருப்போம், from இருக்கிறது, *comp. v. fut. 1st pers. pl.* [10] என்று, used for என, from என்கிறது, A. G. Note to Page 120, *vin.* placed absolutely with குருவானவர். [11] அண்டையில், from அண்டை, *sub. sing. l. abl.* [12] இருண்ட, from இருளுகிறது, *past part.* i. c. w. நிழலை. [13] நிழலை, from நிழல், *sub. sing. acc.* [14] செய்து, see VII. 6, *vin.* i. c. w பூஞ்சோலையில். [15] படர்ந்த, from படருகிறது,

*past part.* [16] புத்தோஉலயில், from புத்தோஉல, *sub.* comp. of பு, and தோஉல, *sing. l. abl.* [17] உலாக்காரந்தார்கள், from உலாக்காருகிறது, *v. past 3rd pers. pl.* gov. by அவர்கள், understood.

## VIII.

To pass[3] the time[2] there,[1] while[10] each[8] was relating[9] various[6] particulars[7] of this[4] river,[5] he who was called Matti[11] spoke as follows.[12]

[1] அங்கே, *adv.* [2] போழுது, *sub. sing. nom.* for *acc.* gov. by போக்க. [3] போக்க, from போக்கிறது, *v. infin.* A. G. P. 3 and 4 of S. 73. [4] இந்த, see IV. 1. [5] நதியின், see IV. 2, *vett. togh.* in regimen with விசேஉஷங்கஉள. [6] பல, *adj.* [7] விசேஉஷங்கஉள, from விசேஉஷம், *sub. pl. acc.* [8] அவனவன், *r. dem. pron.* repeated in a distributive sense. [9] சொல்லிக்கொண்டுவரும், comp. of *vin.* சொல்லி, from சொல்லுகிறது, *vin.* கொண்டு, from கொள்ளுகிறது, and *fut. part.* வரும், from வருகிறது, A. G. P. 2 of S. 106, *comp. part.* in its *verbal* capacity, agreeing with அவனவன், and, as an *adj.* in regimen with அளவில். [10] அளவில், from அளவு, *l. abl.* A. G. Note in Page 136. [11] மட்டயென்பவன், see VI. 8 and 9. [12] சொன்னதாவது, has the same force as சொன்னது, the termination ஆவது being redundant, A. G. P. 5 of S. 117, from சொல்லுகிறது, *past verbal pagh. neut.* as to its *verbal* capacity, i. c. w. மட்டயென்பவன், and, as a *substantive, nom.* to the *sub. v.* understood.

## IX.

"I have heard[12] my[9] Grandfather,[10] many, many[7] times[8] relate,[11] both[4] the cruelty[3] and[6] artfulness[5] of this[1] river.[2]

[1] இந்த, see IV. 1. [2] நதியின், see VIII. 5. [3] குரூரம், *sub.* [4] உம், *cop. conj.* the fin. ம் changed to ந, A. G. S. 31. [5] தந்திரம், *sub.* [6] உம், *cop. conj.* குரூரமும் and தந்திரமும், used in *nom.* for *acc.* under gov. of சொல்ல. [7] பலபல, *adj.* [8] முறை, *sub. sing. nom.* used elliptically for *pl. l. abl.* [9] என், from நான், see VI. 22, *vett. togh.* [10] பாட்டன், *sub. sing. nom.* placed absolutely with the *infin.* சொல்ல. [11] சொல்ல, from சொல்லுகிறது, *v. infin.* or *vin.* of the *pres.* A. G. P. 1 of S. 94. [12] கேட்டிருக்கிறேன், comp. of *vin.* கேட்டு, from கேட்கிறது, and the *sub. v. pres.* 1*st pers. sing.*

## X.

"My[1] Grandfather,[2] it may be,[5] (was) a great[3] Merchant.[4]

[1] என், see IX. 9. [2] பாட்டன், see IX. 10, subject of the *sub. v.* understood. [3] பெரு, *adj.* [4] வியாபாரி, *sub. nom.* predicate of the *sub. v.* understood. [5] ஆக்கும், from ஆக்கிறது, *fut. 3rd pers. neut.* used intransitively, A. G. P. 1 of S. 104.

## XI.

"One day,[2] as both[9] he[1] himself[8] and[12] his[10] companion,[11] driving[13] two[6] asses[7] laden with[5] salt[3] bags,[4] (and) descending[16] into the mid[14]-river,[15] were coming along;[17] in order to relieve fatigue[27] a little,[26] as it was[25] the summer[23] season,[24] they themselves[28] bathed[29] in the cool[21] water,[22] which was running[20] up to[19] (their) middles,[18] and having halted[32] the asses[30] also,[31] they washed (them).[33]

[1] அவர், *r. dem. pron. masc. sing. nom. hon.* [2] ஒரு நாள், see III. 13 and 14. [3] உப்பு, *sub. vett.* [4] பொதி, *sub. nom.* for *acc.* gov. by ஏற்றின, the in. ப is doubled, A. G. S. 19 and 26. [5] ஏற்றின, from ஏற்றுகிறது, *past part.* i. c. w. கழுதைகளை. [6] இரண்டு, *num. adj.* [7] கழுதைகளை, from கழுதை, *sub. pl. acc.* gov. by ஓட்டிக்கொண்டு. [8] தான், *reflect. pron.* in apposition with அவர். [9] உம், *cop. conj.* [10] தன், from தான், *vett. togh.* [11] கூட்டாளி, *sub. sing. nom.* [12] உம், *cop. conj.* அவர், தான் and கூட்டாளி are conjointly *nom.* to இளைப்பாறினார்கள். [13] ஓட்டிக்கொண்டு, comp. of *vin.* ஓட்டி, from ஓட்டுகிறது, and *vin.* கொண்டு, i. c. w. அவர்தானுந்தன்கூட்டாளியும். [14] நடு, *adj.* the fin. உ followed by வ், A. G. S. 14. [15] ஆற்றில், see IV. 12, *l. abl.* [16] இறங்கி, from இறங்குகிறது, *vin.* same construction as ஓட்டிக்கொண்டு. [17] வருகையில், *l. abl.* of வருகை, *verbal* from வருகிறது. [18] இடுப, *sub. sing. nom.* gov. by மட்டும். [19] மட்டும், properly a *sub.* here used as a *postposition,* A. G. S. 150. [20] ஓடுகிற, from ஓடுகிறது, *pres. part.* i. c. w. தண்ணீரிலே. [21] குளிர்ந்த, from குளிருகிறது, *past part.* [22] தண்ணீரிலே, from தண்ணீர், *l. abl.* [23] கோடை, *sub. vett.* [24] நாள், *sub. sing. nom.* placed absolutely

with the *infin.* ஆகக்கொள்ள. [25]ஆகக்கொள்ள, from ஆகிறது, and கொள்ளுகிறது, *comp. infin.* or *vin.* of the *pres.* used absolutely. [26]சற்று, *adv.* the in. ச doubled, A. G. S. 22. [27]இளைப்பாற, from இளைப்பாறுகிறது, *infin.* gov. by குளித்து. [28]தாங்களும், from தான், *reflect. pron. pl. nom.* coupled by the *conj.* உம், with the *nom.* to குளிப்பாட்டினார்கள், the in. த doubled, A. G. S. 22, the fin. ம் changed to ங், A. G. S. 31. [29]குளித்து, from குளிக்கிறது, *vin.* i. c. w. தாங்கள். [30]கழுதைகளை, see XI. 7. [31]உம், *cop. conj.* the ம் dropped; it ought rather to have been changed to ந A. G. S. 32, but it seems to be considered as a syllable of the preceding word. [32]நிறுத்தி, from நிறுத்துகிறது, *vin.* i. c. w. தாங்கள். [33]குளிப்பாட்டினார்கள், from குளிப்பாட்டுகிறது, *past. 3rd pers. pl.* the in. க doubled, A. G. S. 21.

## XII.

"Afterwards,[1] when they passed[3,4] to the further bank,[2] they perceived,[23] that[22] the river[7] had eaten[8] all[6] the salt,[5] and,[9] moreover,[10] (that) it had[20] miraculously[17] drawn out[20] and stolen[21] all[19] the salt,[18] without opening[16] in the least[15] the mouths[14] of the gunny bags[13] which were well[11] sewed.[12]

[1]பின்பு, *adv.* [2]அக்கரைக்கு, comp. of அ for அந்த, and கரைக்கு, from கரை, *sub. sing. dat.* [3]சென்ற, from செல்லுகிறது, *past part.* i. c. w. இடத்தில், the in. ச doubled, A. G. S. 19. [4]இடத்தில், from இடம், *sub. sing. l. abl.* A. G. Note in Page 168.

[5] உடப்பு, *sub. vett.* [6] எல்லாத்தையும், from எல்லாம், *sub. sing. acc.* gov. by தின்றது; for the addition of the particle உம், see A. G. Note in Page 29. [7] ஆறு, see IV. 12, *nom.* to *verbal pagh.* தின்றது, and திருடினது. [8] தின்றது, from தின்கிறது, *past verbal pagh. neut.* [9] உம், *cop. conj.* [10] அல்லாமல், from *defect. v.* அல்ல, *vin.* used *adverbially*, the fin. ல changed to ன, A. G. S. 37. [11] நன்றாய், *sub.* நன்று, rendered *adverbial* by the addition of the *vin.* ஆய், A. G. P. 4 of S. 104, the in. ந dropped, A. G. S. 37. [12] தைத்திருந்த, *part.* comp. of *vin.* தைத்து, from தைக்கிறது, and the *part.* of the *sub. v.* the in. த doubled, ஆய் being properly a *vin.* in இ, A. G. S. 21. [13] கோணிகை, *sub. vett.* [14] வாயை, from வாய், *sub. sing. acc.* [15] சற்றும், *adv.* the in. ச doubled, A. G. S. 20, the fin. ம் changed to ந, A. G. S. 31. [16] திறவாமல், from திறக்கிறது, *neg. vin.* A. G. P. 1 of S. 75, i. c. w. ஆறு. [17] அம்புதமாய், *sub.* அம்புதம், rendered *adverbial* by the addition of ஆய், see XII. 11. [18] உடப்பு, *sub. vett.* [19] எல்லாம், *sub. nom.* for *acc.* the fin. ம் changed to த், A. G. S. 31. [20] சோர்ந்துவிட்டு, *vin.* சோர்ந்து, from சோர்கிறது, and *vin.* விட்டு, from விடுகிறது, *comp. vin.* i. c. w. ஆறு. [21] திருடினது, from திருடுகிறது, *past verbal pagh. neut.* agreeing, as a *v.* with ஆறு. [22] ஆக from ஆகிறது, *infin.* joined to திருடினது, with the same force as the *connective vin.* என்று, A. G. P. 2 of S. 117. [23] கண்டார்கள், from காண்கிறது, *v. past. 3rd pers. pl. masc.* the in. க doubled, A. G. S. 22.

## XIII.

They[13] rejoiced,[14] saying,[12] 'Ha, ha,[1] since it has seized[4] this[2] salt,[3] indeed it is[5] (*lit.* is it not?) a great[10] blessing[11] that the river[7] has left,[9] without swallowing,[8] us:' "[6] thus[15] spoke[17] Matti.[16]

[1] ஆஆ, *interj.* [2] இந்த, see IV. 1. [3] உப்பை, see XII. 5 [4] பிடுங்கிக்கொண்டிருந்ததினாலே, *comp. vin.* பிடுங்கி, from பிடுங்குகிறது, *vin.* கொண்டு, and இருந்ததினாலே, from இருக்கிறது, *comp. past. verbal pagh. c. abl.* [5] அல்லோ, *defect. v.* அல், with the particle ஓ, having the force of an *emphatic interj.* A. G. P. 4 of S. 142. [6] எங்களை, see VI. 22, *pl. acc.* gov. by விட்டது. [7] ஆறு, *sub. sing. nom.* to the *verbal pagh.* விட்டது. [8] விழுங்காமல், from விழுங்குகிறது, *neg. vin.* i. c. w. ஆறு. [9] விட்டது, see IV. 15, *verbal pagh.* as a *v.* agreeing with ஆறு, as a *noun*, subject of the *sub. v.* understood. [10] மகா *adj.* [11] நன்மை, *sub. sing. nom.* predicate of the *sub. v.* understood. [12] என்று, see I. 2. [13] அவர்கள், see XI. 1, *pl. nom.* [14] சந்தோஷப்பட்டார்கள், from சந்தோஷப்படுகிறது, *v. past. 3rd pers. pl.* [15] என்று, see I. 2. [16] மட்டி, *p. n. sing. nom.* [17] சொன்னது, from சொல்லுகிறது, *v. past. 3rd pers. sing. neut.*

## XIV.

Upon that[1] Pēdei[2] began[5] another[3] anecdote.[4]

[1] அதற்கு, see V. 1. [2] பேதையானவன். p. n. see I. 4, *nom.* to துவக்கினான், the in. ப doubled,

A. G. S. 19. [3]மற்றொரு, *adj.* comp. of the *adj.* மற்று, and the *num. adj.* ஒரு: in this compound we find an exception to the general rules of connection. [4]செய்தி, *sub. nom.* for *acc.* [5]துலக்கினான், from துலக்கிறது, *v. past. 3rd pers. sing.* agreeing with பேதையானவன்.

## XV.

"The stratagems, tricks and deceits[4] which belong[3] to this[1] river,[2] have happened[8] numerously[5] in my[6] day:[7] pray listen.[9]

[1]இந்த, see IV. 1. [2]ஆற்றுக்கு, see IV. 12, *dat.* gov. by உள்ள, used as in *Lat.* "est pro habeo," A. G. S. 47. [3]உள்ள, from the *defect. v.* உண்டு, *past part.* [4]உபாயதந்திரந்திருட்டுக்கள், *subs.* of which the last alone has the *pl.* termination, *nom.* to நடந்தது. [5]மெத்த, *adv.* [6]என், see IX. 9. [7]நாளிலே, see III. 14, *l. abl.* the in. ந is changed to ள, A. G. S. 35. [8]நடந்தது, from நடக்கிறது, *v. past. 3rd pers. neut.* [9]கேட்க, from கேட்கிறது, *infin.* put for *imp.* A. G. P. 2 of S. 96.

## XVI.

"Whilst[9] a[1] dog,[2] having snapped up[5] a morsel of mutton,[4] which he had stolen,[3] (was) swimming[8] in the mid[6]-stream,[7] the river[11] deceitfully[10] exhibited[15, 16] in the water[14] another[12] piece of flesh.[13]

[1]ஒரு, see III. 13. [2]நாய், *sub. sing. nom.* to the *verbal pagh.* போகையில். [3]திருடின, from திருடு கிறது, *past part.* [4]ஆட்டுக்கறிக்கண்டத்தை,

*sub.* comp. of ஆட்டு, *vett. togh.* from ஆடு, கறி, *vett.* and கண்டத்தை, from கண்டம், *sing. acc.* gov. by the *vin.* கவ்வைக்கொண்டு. [5] கவ்வைக்கொண்டு, comp. of *vin.* கவ்வை, from கவ்வுகிறது, and கொண்டு, see VIII. 9, i. c. w. நாய். [6] see XI. 14. [7] ஆற்றிலே, see XI. 15. [8] நீந்தி, from நீந்துகிறது, *vin.* i. c. w. நாய். [9] போகையில், *sing. l. abl.* (A. G. Note to Page 117) of போகை, *verbal* in ஐ, from போகிறது, as a *v.* in regimen with நாய், the in. ப doubled, A. G. S. 21, the fin. ல் changed to ற், A. G. S. 36. [10] கடப்பாக, from கடபு, *sub.* rendered *adverbial* by the *infin.* ஆக, A. G. P. 3 of S. 97. [11] அது, *nom.* to காட்டினது. [12] வேறொரு, *adj.* comp. of வேறு, and ஒரு. [13] மாம்சத்துண்டு, *sub.* comp. of மாம்சம், and துண்டு, *nom.* for *acc.* gov. by காட்டினது. [14] தண்ணீரிலே, see XI. 22. [15] காட்டினது, from காட்டுகிறது, *v. past. 3rd pers. neut.* agreeing with அது. [16] ஆம், contracted form of ஆகும், *v. fut. 3rd pers. neut.* here used expletively.

## XVII.

"With respect to[2] the dog,[1] from its appearing,[9] that[8] what he saw[6] was,[7] without[5] any[3] deceit,[4] the larger;[7] having quitted[12] the piece[11] which he had snapped up,[10] when he dived[16, 15] to snap at[14] the larger one,[13] both that and this[17] disappeared,[18] and the dog[19] went[23] home[22] empty:"[21] (thus) he spoke.[24]

[1] நாய், *sub. sing. nom.* to the *part.* உமிழ்ந்தின, which, with the following *sub.* போது, has the force of a *verb.* [2] ஆவென்றால், comp. of the *particle* ஆ, and the *conj. mood* என்றால், from என்கிறது,

A. G. P. 3 of S. 142. [3]ஒரு, see I. 3. [4]கபடு, *sub. sing. nom.* gov. by the *postposition* இல்லாமல், A. G. P. 3 of S. 102. [5]இல்லாமல், from *defect. v.* இல், *neg. vin.* used as a *postposition*, the fin. ல் changed to ற், A. G. S. 36. [6]கண்டது, see VI. 7, *past verbal pagh. nom.* to the *vineik.* பெரியது. [7]பெரியது, from பெருமை, A. G. S. 125 and 126, in its *verbal* capacity gov. by கண்டது. [8]என்று, see I. 2. [9]தோன்றினதிலே, *l. abl.* (A. G. P. 2 of S. 117) of தோன்றினது, *past verbal pagh.* from தோன்றுகிறது, here used impersonally. [10]கவலையிருந்த, from கவலை, see XVI. 5, and இருந்த, *past part.* of the *sub. v.*; *comp. part.* i. c. w. துண்டத்தை. [11]துண்டத்தை, from துண்டம், *sub. sing. acc.* [12]வெட்டு, from வெடுகிறது, *vin.* i. c. w. நாய். [13]பெரியதை, from பெரியது, see XVII. 7, *acc.* gov. by கவ்வ, the in. ப doubled, A. G. S. 19. [14]கவ்வ, see XVI. 5, *infin.* gov. by அமிழ்ந்தின போது, the in. க doubled, A. G. S. 20. [15]அமிழ்ந்தின, from அமிழ்ந்துகிறது, *past part.* as a *v.* agreeing with the *sub.* நாய், as an *adj.* i. c. w. போது. [16]போது, *sub. nom.* put for *l. abl.* used with the *part.* அமிழ்ந்தின, to denote time; it is more usually employed with the *pres.* or *fut. part.* in this sense, A. G. P. 1 of S. 152. [17]அதுவுமிதுவும், *r.* and *p. dem. pron. sing. neut.* united by the *conj.* உம், repeated. [18]போயிற்று, contracted for போயினது, A. G. P. 4 of S. 66, from போகிறது, *v. past. 3rd pers. neut.* agreeing with the *pron.* அதுவுமிதுவும். [19]நாய், see XVI. 2, *nom.* to சென்றது.

[20] உம், *cop. conj.* [21] வெறுமனே, *adv.* [22] ஊரில், from ஊர், *sub. sing. l. abl.* the fin. ல் changed to ற், A. G. S. 36. [23] சென்றது, from செல்லுகிறது, *v. past. 3rd pers. neut.* [24] என்றன், see VI. 41.

## XVIII.

Whilst discoursing[2] thus,[1] they saw[7] a[4] horseman[5] come[6] from the other side.[3]

[1] இப்படி, *adv.* A. G. P. 4 of S. 153. [2] பேசிக்கொண்டிருக்கையில், *v.* comp. of *vin.* பேசி, from பேசுகிறது, *vin.* கொண்டு, see VIII. 9, and இருக்கையில், *l. abl.* of இருக்கை, *verbal* in ஐ, from இருக்கிறது. [3] அக்கரையிலிருந்து, *l. abl.* from அக்கரை, for அந்தக்கரை, and *vin.* இருந்து, from இருக்கிறது; a *phrase*, denoting "motus a loco," A. G. P. 2 of S. 49. [4] ஒரு, see I. 3. [5] குதிரைக்காரனை, from குதிரைக்காரன், *deriv. sub.* from குதிரை, A. G. S. 121, *acc.* gov. by the *v.* கண்டார்கள். [6] வர, from வருகிறது, *infin.* placed absolutely. [7] கண்டார்கள், see VI. 7, *v. past. 3rd pers. pl.* the in. க doubled, A. G. S. 22.

## XIX.

As[7] only[4] one[1] span[2] water[3] came[7] running[6] in the river,[5] he,[8] remaining[11] on[10] the horse,[9] without fearing[13] in the least,[12] came[16] hastening,[15] making the noise jala-jala.[14]

[1] ஒரு, see I. 3. [2] சாண், *sub. vett.* i. c. w. தண்ணீர். [3] தண்ணீர், see XI. 22, *nom.* to the *verbal pagh.* வருகிறதினால். [4] மாத்திரம், *adv.* [5] ஆற்

றிலே, see XVI. 7. [6]ஓடி, from ஓடுகிறது, *vin.* i. c. w. தண்ணீர். [7]வருகிறதினால், see XVIII. 6, *verbal pagh. c. abl.* A. G. P. 2 of S. 117, as a *v.* agreeing with the *sub.* தண்ணீர். [8]அவன், see XI. 1, *nom.* to வந்தான். [9]இதினை, *sub. vett.* gov. by the *postposition* மேல். [10]மேல், *postposition*, A. G. P. 2 of S. 147, the fin. ல் and the in. ந of the following word coalesce, to form ன, A. G. S. 35. [11]நின்று, from நில்லுகிறது, *vin.* i. c. w. அவன். [12]சற்றும், see XII. 15. [13]கூசாமல், from கூசுகிறது, *neg. vin.* also i. c. w. அவன், the fin. ல் changed to ம், A. G. S. 36. [14]சலசலவென்று, *a natural, indeclinable word,* coupled with the *connective vin.* என்று, A. G. Note to Page 85. [15]கடுகி, from கடுகிறது, *vin.* i. c. w. அவன். [16]வந்தான், see XVIII. 6, *v. past. 3rd pers. sing. masc.*

## XX.

Perceiving[2] this,[1] they[3] began[28] to intreat,[27] saying,[26] "Alack! alack![4] if there were[9] a horse[8] to our[5] Gooroo[6] also,[7] both[11] he,[10] and[15] we[14] approaching[13] him[12] (*i. e.* with him), might descend[19] into the river[18] without[17] fear:[16] Sir,[25] you must,[24] by whatever means,[20] buy[23] a[21] horse.[22]

[1]இதை, from இது, *p. dem. pron. sing. neut. acc.* [2]கண்டு, see VI. 7, i. c. w. இவர்கள், the in. க doubled, A. G. S. 20. [3]இவர்கள், see III. 1, *nom.* to the *v.* துவக்கினார்கள். [4]ஐயையோ, *interj.* [5]எங்கள், see VI. 22. *pl. vett. togh.* [6]குருக்களுக்கு, see I. 4, *pl. hon.* for *sing. dat.* [7]உம், see IX. 4.

[8] குருவா, see XIX. 9, *sing. nom.* before the *conj. mood* இருந்தால். [9] இருந்தால், from இருக்கிறது, *conj. mood,* A. G. S. 91. [10] அவர், see XI. 1, *nom.* to the *verbal* இறங்கலாம். [11] உம், *cop. conj.* [12] அவரை, see XI. 1, *acc. hon.* gov. by the *vin.* அண்டி. [13] அண்டி, from அண்டுகிறது, *vin.* i. c. w. நாங்கள். [14] நாங்கள், see VI. 22, *pl. nom.* coupled with அவர், by the *conj.* உம் repeated. [15] உம், *cop. conj.* [16] பயம், *sub. sing. nom.* gov. by இல்லாமல். [17] இல்லாமல், see XVII. 5. [18] ஆற்றில், see XVI. 7. [19] இறங்கலாமே, see XI. 16, *verbal* in ல் coupled with the *neut. fut.* ஆமே, from ஆகிறது, A. G. P. 1 of S. 119, the *particle* ஏ is added for the sake of emphasis, A. G. P. 1 of S. 144. [20] எப்படியாகிலும், comp. of the *adv.* of *interrog.* எப்படி, and the *conj.* form of the *v.* ஆகிறது, coupled with the *conj.* உம், having an indefinitely disjunctive signification, A. G. P. 5 of S. 104. [21] ஒரு, see I. 3. [22] குருவா, XIX. 9, *nom.* for *acc.* [23] வாங்க, from வாங்குகிறது, *infin.* gov. by வேணும். [24] வேணும், from the *defect. v.* வேண்டு, *impers. fut. 3rd pers. neut.* A. G. S. 78. [25] ஐயா, from ஐயன், *sub. sing. voc.* [26] என்று, see I. 2. [27] மன்றாட, from மன்றாடுகிறது, *infin.* [28] துவக்கினார்கள், see XIV. 5, *3rd pers. pl.* gov. by இவர்கள்.

## XXI.

The Gooroo Paramārtan,[1] however,[2] saying[7] "We will speak[6] of this[3] matter[4] hereafter,"[5] on account of the approach[11] of the eventide,[10] the day[8] having declined,[9] sent[16] again[12] to examine[15] the river's[13] sleep.[14]

[1] பரமார்த்தகுரு, *sub.* comp. of பரமார்த்தன், see I. 1, and குரு, see I. 4, *nom.* to அனுப்பினார். [2] ஆனால், from ஆகிறது, *conjunctive mood*, used as a *disjunctive conj.* [3] இந்த, see IV. 1. [4] செய்தி, see XIV. 4. [5] மேலைக்கு, from மேல், *sub. sing. dat.* A. G. P. 4 of S. 47. [6] பேசுவோம், see XVIII. 2, *v. fut.* 1*st pers. pl.* [7] என்று, see I. 2. [8] பொழுது, *sub. nom.* [9] சாய்ந்து, from சாய்கிறது, *vin.* of the *past*, used absolutely with the *sub.* பொழுது, for *vin.* of the *pres.* or *infin.* [10] அஸ்தமானநேரம், *sub.* comp. of அஸ்தமானம், and நேரம், *nom.* to the *verbal pagh.* கிட்டினதிலே, the fin. ம் changed to ங், A. G. S. 31. [11] கிட்டினதிலே, *c. abl.* of கிட்டினது, *past neut. verbal pagh.* from கிட்டுகிறது, governed, in its *verbal* capacity, by அஸ்தமானநேரம். [12] திரும்ப, see III. 10, *infin.* used *adverbially.* [13] ஆற்று, from ஆறு, see IV. 12. [14] நித்திரை, see IV. 13. [15] சோதிக்க, see IV. 14. [16] அனுப்பினார், from அனுப்புகிறது, *v. past. 3rd pers. sing. hon.*

## XXII.

So[1] when[10] Madeiyan,[5] carrying along[6] that[2] very[4] firebrand,[3] (and) plunging it[8] in,[7] examined;[9] perceiving[16] that it did not spirt up[15] in the least,[14] because[13] the fire[12] had been[13] before[11] extinguished,[13] greatly rejoicing[17] and running,[18] he exclaimed,[36] "An opportunity! an opportunity![19] without opening[21] the mouth[20] and without uttering a sound,[22] come[24] quickly:[23] a sound[26] sleeping time[27] hath arrived[28] to the river;[25] there is no[35] necessity[34] now,[29] either[31] to fear[30] or[33] to be alarmed."[32]

[1] அப்படியே, *adv.* A. G. P. 4 of S. 153, the *particle* ஏ added, A. G. P. 1 of S. 144. [2] அந்த, *r. pron. adj.* [3] கொள்ளிக்கட்டையை, see V. 9. [4] தானே, an *emphatic affix*, the in. த doubled, A. G. S. 20. [5] மடையன், see II. 5, *nom.* to என்றான். [6] கொண்டுபோய், see V. 10. [7] உள்ளே, *sub.* used *adverbially*, A. G. P. 3 of S. 148. [8] தோய்த்து, see V. 18, *vin.* i. c. w. மடையன். [9] சொரிக்கும், see IV. 14, *part. fut.* i. c. w. இடத்தில், the in. ச doubled, A. G. S. 19. [10] இடத்திலே, see XII. 4. [11] ஏன், *adv.* [12] நீ, see V. 5, *nom.* to the *verbal pagh.* வைத்ததினாலே, the in. த changed to ற, A. G. S. 33. [13] வைத்ததினாலே, *c. abl.* of the *past verbal pagh.* வைத்தது, from வைக்கிறது. [14] சற்றும், see XII. 15. [15] கிளம்பாததை, *acc. sing.* of கிளம்பாதது, from கிளம்புகிறது, *neg. verbal pagh.* A. G. S. 113, gov. by கண்டு. [16] கண்டு, see VI. 7, i. c. w. மடையன். [17] கலிகூர்ந்து, from கலிகூருகிறது, *vin.* i. c. w. மடையன். [18] ஓடி, see VI. 13, i. c. w. மடையன். [19] சமையச்சமையம், *reiterative comp.* of exclamation, the in. ச doubled, A. G. S. 21. [20] வாய், *sub. nom.* for *acc.* gov. by விடாது. [21] விடாது, see IV. 15, *neg. vin.* i. c. w. நீங்கள், understood. [22] சத்தப்படாது, from சத்தப்படுகிறது, comp. of சத்தம், and படுகிறது, *neg. vin.* i. c. w. நீங்கள், understood. [23] சுறுக்காய், from சுறுக்கு, *sub.* ren-

dered *adverbial* by the *vin.* ஆய், see XII. 11. [24] வாருங்கோள், see XVIII. 6, *imp.* *2nd pers. pl.* A. G. P. 1 of S. 68. [25] ஆற்றுக்கு, see XV. 2. [26] நல்ல, *adj.* [27] சோத்தியநேரம், *sub.* comp. of சோத்தியம், and நேரம், *nom.* to ஆயிற்று. [28] ஆயிற்று, from ஆகிறது, *v. past. 3rd pers. sing. neut.* [29] இப்போழுது, *adv.* [30] வுத்த, from வுத்தகிறது, *v. infin.* gov. by the *sub.* தேவை. [31] உம், *cop. conj.* the fin. ம் changed to ங், A. G. S. 31. [32] கூட, XIX. 13, *infin.* coupled, by the *conj.* உம் repeated, with the *infin.* வுத்த. [33] உம், *cop. conj.* [34] தேவை, *sub. sing. nom.* i. c. w. *defect. v.* இல்லை. [35] இல்லை, *defect. v.* A. G. S. 80. [36] என்றன், see VI. 41.

## XXIII.

Madeiyan[3] shouting forth[4,5] this[1] good news,[2] the whole six,[12] having[8] all[6] quickly[7] arisen,[8] without[11] saying[10] kima,[9] carefully[13] descended[15] into the river.[14]

[1] இநத, see IV. 1. [2] நன்றமையை, from நன்றமை, *sub. sing. acc.* gov. by சொல்லி. [3] மடையன், see XXII. 5, placed absolutely, with the *infin.* கூப்பிட. [4] சொல்லி, VIII. 9, *vin.* i. c. w. மடையன். [5] கூப்பிட, from கூப்பிடுகிறது, *v. infin. absolute*, the in. க doubled, A. G. S. 21. [6] எல்லாரும், *deriv. noun*, A. G. Note in Page 29, *pl. nom.* to இறங்கினார்கள், the fin ம் changed to ந, A. G. S. 31. [7] கிடேரென்று, *natural word*, with the *connective vin.* என்று, see XIX. 14. [8] எழுந்து, from எழுகிறது, *vin.* i. c. w. எல்லாரும். [9] கிமா, *natural word.* [10] என்பார், from என்கிறது,

*neut. verbal pagh.* A. G. S. 113, *masc. pl. nom.* in apposition with எல்லாரும். [11] இன்றி, from the *defect. v.* இல், *vin.* here used as a *particle* of *negation.* [12] உழவரும், see III. 2, *nom. pl.* in apposition with எல்லாரும். [13] பதலமாக, from *sub.* பதலம், with *infin.* ஆக, see II. 8. [14] ஆற்றில், XI. 15. [15] இறங்கினார்கள், see XI. 16, *v. past. 3rd pers. pl.*

## XXIV.

At each[11] footstep[12]—which was placed[10] in such a manner, that[9] even[4] the waves[3] which were beaten up[2] by the feet[1] gave forth no[8] sound,[7] as it were[6] *jala-jala*[5]—having taken[16] and lifted[17] (their) legs[13] over[15] the water,[14] and having planted[19] and pressed them down[20] beyond,[18] with hearts beating,[22, 23] as it were *toonookoo*,[21] tripping along,[24] they passed[26] the river.[25]

[1] காலால், from கால், *sub. sing.* for *pl. i. abl.* [2] உழுதபட்ட, from உழுதபடுகிறது, *past part. nominal comp. v.* A. G. S. 107. [3] உலைகள், from உலை, *sub. nom. pl.* to the *part.* இடாத. [4] தோதலாய், *sub.* தோதல், with ஆய், see XII. 11. [5] சலசல, see XIX. 14, the in. ச doubled, A. G. S. 21. [6] என்னும், from என்கிறது. *part. fut.* i. c. w. சத்தம், the fin. ம் changed to த், A. G. S. 31. [7] சத்தம், *sub. sing. nom.* for *acc.* gov. by இடாத. [8] இடாத, from இடுகிறது, *neg. part.* i. c. w. படிக்கு, as a *v.* gov. by the *sub.* உலைகள். [9] படிக்கு, from படி, *sub. sing. dat.* expressive of the end, A. G. P. 2 of S. 158. [10] வைத்த, from வைக்கிறது, *past part.* i. c. w. அடிக்கு. [11] ஒவ்வோரு, *adj.* ஒரு repeated in a distributive sense, A. G. S. 135. [12] உடிக்கு,

from வுடி, *sub. sing. dat.* [13] காலை, see XXIV. 1, *acc.* gov. by எடுத்து, the in. க doubled, A. G. S. 19. [14] தண்ணீர், see XI. 22, *nom.* gov. by the *postposition*, மேல், the in. த doubled, A. G. S. 20. [15] மேல், *postposition*, A. G. S. 147. [16] எடுத்து, from எடுக்கிறது, *vin.* i. c. w. வுவர்கள், understood. [17] தூக்கி, from தூக்கிறது, *vin.* i. c. w. வுவர்கள், understood, the in. த doubled, A. G. S. 19. [18] வுப்பால், *adv.* A. G. S. 154, the fin. ல் is changed to ற், A. G. S. 36. [19] சேர்த்து, from சேர்க்கிறது, *vin.* i. c. w. வுவர்கள், understood. [20] உலாவி, from உலாவுகிறது, *vin.* i. c. w. வுவர்கள், understood. [21] துணுக்கென, the *natural word* துணுக்கு used *adverbially*, with the *infin.* என, A. G. S. 99. [22] நேத்சம், *sub. sing. nom.* placed absolutely, with the *infin.* பறைக்க. [23] பறைக்க, from பறைக்கிறது, *v. infin.* placed absolutely with the *sub.* நேத்சம். [24] தாண்டித்தாண்டி, from தாண்டுகிறது, *vin.* repeated i. c. w. வுவர்கள், understood, the in. த doubled, A. G. S. 22. [25] நதியை, see IV. 2, *acc.* [26] கடந்துபோனார்கள், *v.* comp. of *vin.* கடந்து, from கடக்கிறது, and போனார்கள், from போகிறது, *past. 3rd pers. pl.* agreeing with வுவர்கள், understood, the in. க doubled, A. G. S. 20.

## XXV.

As soon as they mounted,[3] on reaching (or, having reached)[2] the bank,[1] whilst[9] they were jumping about[8] rejoicing[7] in proportion[6] to the sorrow[5] suffered,[4] he named[13] Mōōdan,[12] who stood[11] in the rear,[10] without including[15] himself,[14] counted[17] the others.[16]

[1] கனா, see III. 20, *nom.* for *acc.* [2] சென்று, see III. 21, *vin.* i. c. w. அவர்கள், understood. [3] ஏறினவுடனே, comp. of ஏறின, *past part.* from ஏறுகிறது, and உடனே, see VI. 1 and 2. [4] பட்ட, from படுகிறது, *past part.* [5] சஞ்சலத்துக்கு, from சஞ்சலம், *sub. sing. dat.* gov. by the *postposition* அளவாக். [6] அளவாக, *sub.* அளவு, with *infin.* ஆக, A. G. P. 3 of S. 151. [7] மகிழ்ந்து, from மகிழ்கிறது, *vin.* i. c. w. அவர்கள், understood. [8] துள்ளிக்கொண்டிருக்கிற, *part.* comp. of *vin.* துள்ளி, from துள்ளுகிறது, *vin.* கொண்டு, and the *pres. part.* of the *sub. v.* i. c. w. போது. [9] போது, see XVII. 16, A. G. P. 1 of S. 152. [10] பிந்தி, from பிந்துகிறது, *vin.* i. c. w. மூடன். [11] நின்று, from நிற்கிறது, *past part.* [12] மூடன், see II. 5, *nom.* to எண்ணினான். [13] என்பவன், see VI. 9. [14] தன்னை, see XI. 8, *acc.* the in. த changed to ற, A. G. S. 33. [15] கூட்டாமல், from கூட்டுகிறது, *neg. vin.* i. c. w. மூடன், the in. க doubled, A. G. S. 20, the fin. ல் might have been changed to ன், A. G. S. 37. [16] மற்றவர்களை, from மற்றவன், *derivative* from the *adj.* மற்ற, *pl. acc.* [17] எண்ணினான், from எண்ணுகிறது, *v. past. 3rd pers. sing. masc.* agreeing with மூடன்.

## XXVI.

From perceiving,[4] as he counted,[1] only[3] five persons,[2] he gave[17] a cry,[16] saying,[15] "Alas! alas![5] one person[6] is gone[8] with the stream;[7] behold,[9] we remain[13] only[12] five[10] persons,[11] Sir."[14]

[1] எண்ணினவிடத்தில், see XII. 3 and 4. [2] ஐவர், see II. 7, *nom.* for *acc.* gov. by கண்டதினாலே. [3] மாத்திரம், *sub.* used *adverbially*, A. G. P. 2 of S. 151, the fin. ம் changed to ங், A. G. S. 31. [4] கண்டதினால், *c. abl.* of கண்டது, see XVII. 6, as a *v.* gov. by உடன், understood. [5] அப்பாவப்பா, *interj.* repeated. [6] ஒருவன், *num. deriv.* A. G. P. 1 of S. 136, *nom.* to போனானே. [7] ஆற்றோடே, see IV. 12, *sub. s. abl.* [8] போனானே, from போகிறது, *v. past. 3rd pers. sing. masc.* the *particle* ஏ *emphatic.* [9] இதோ, *interj.* [10] ஐந்து, *num. adj.* [11] பேர், *sub. sing. nom.* in apposition with நாம், understood. [12] மாத்திரம், see XXVI. 3, the final ம் might have been dropped, according to A. G. S. 32. [13] நிற்கிறோம், XXV. 11, *v. pres. 1st pers. pl.* agreeing with நாம், understood. [14] ஐயா, see XX. 25. [15] என்று, see II. 1. [16] அபயம், *sub. nom.* for *acc.* gov. by இட்டான். [17] இட்டான், from இடுகிறது, *v. past. 3rd pers. sing. masc.*

## XXVII.

Having placed[3] them all[1] in order,[2] the Gooroo[8] himself,[9] on examining[11] the account[10] two[4] times,[5] (or) three[6] times,[7] since he[17] always[12] added[16] the account,[15] omitting[14] himself,[13] pronounced,[20] "We remain but[19] five persons."[18]

[1] எல்லாரையும், see XXIII. 6, *acc.* gov. by நிறுத்தி. [2] வரிசையாய், *sub.* வரிசை, with *vin.* ஆய், see XII. 11. [3] நிறுத்தி, see XI. 32, i. c. w. ஒரு. [4] ஒரு, *num. adj.* A. G. P. 3 of S. 134. [5] முறை, *sub. sing.* for *pl. nom.* implying time. [6] மூ, *num. adj.* A. G. P. 4 of S. 134. [7] முறை, see XXVII. 5. [8] ஒரு, see I. 4, *nom.* to என்றார். [9] தானே, see XI. 8, *nom.* in apposition with the *sub.* ஒரு. [10] கணக்கு, *sub. sing. nom.* for *acc.* [11] பார்க்க, from பார்க்கிறது, *infin.* or *vin.* of the *pres.* here used for *vin.* of the *past,* i. c. w. ஒரு. the in. ப doubled, A. G. S. 19. [12] எப்போதும், *adv.* A. G. P. 2 of S. 152, also P. 6 of S. 140, the fin. ம் is changed to ந, A. G. S. 31. [13] தன்னை, see XXV. 14. [14] நீக்கி, from நீக்கிறது, *vin.* i. c. w. ஒரு. [15] கணக்கு, see XXVII. 10, *nom.* for *acc.* in. க doubled, A. G. S. 21. [16] எற்றின, from எற்றுகிறது, *past part.* i. c. w. படியினால். [17] படியினால், from படி, *sub. sing. c. abl.* A. G. P. 3 of S. 153. [18] ஐவர், see XXVI. 2, *pl. nom.* in apposition with நாம், understood. [19] மாத்திரம்நிற்கிறேம், see XXVI. 12 and 13. [20] என்றார், see VI. 41, *hon.*

## XXVIII.

Thus,[1] as[8] each[2] leaving out[4] (and) omitting[5] himself,[3] added together[8] only[7] the others,[6] that[11] the river[10] had swallowed[11] one,[9] became[15] a certainty[14] among[13] them.[12]

[1] அப்படி, *adv.* A. G. P. 4 of S. 153. [2] அவனவன், see VIII. 8. [3] தன்னை, see XXV. 14. [4] விட்டு, see IV. 15, i. c. w. அவனவன். [5] ஒழிந்து, from

ஒழிகிறது, *vin.* i. c. w. அவனவன். [6]அவர்களை, see XIII. 13, *acc.* gov. by கூட்டினதிலே. [7]மாத்திரம், see XXVI. 3. [8]கூட்டினதிலே, *c. abl.* of கூட்டினது, *past verbal pagh. neut.* from கூட்டுகிறது, as a *v.* gov. by அவனவன். [9]ஒருத்தரை, from ஒருத்தன், *num. deriv*, A. G. P. 1 of S. 136, *acc.* gov. by நெருங்கினது. [10]ஆறு, see IV. 12, *nom.* [11]நெருங்கினது, see XIII. 8, *past neut. verbal pagh.* as a *v.* agreeing with ஆறு, as a *noun*, *nom.* subject to the *sub. v.* ஆயிற்று. [12]தங்களுக்கு, see XI. 28, *dat.* gov. by the *postposition*, உள்ளே. [13]உள்ளே, *postposition*, A. G. P. 2 of S. 148. [14]நிச்சயம், *sub. nom.* attribute to the *sub. v.* ஆயிற்று. [15]ஆயிற்று, see XXII. 28.

## XXIX.

Upon this[1] bewailing,[4] as it were *koo-koo,*[3] (and) weeping,[6] as it were *gho,*[5] among[8] themselves,[7] one[9] embracing[11] another,[10] they[2] exclaimed,[81] " O cruel[12] river:[13] more obdurate[15] than a block,[14] more fierce[17] than a tiger;[16] wretch,[29] hast thou not feared,[28] even a little,[27] to swallow[26] the disciple[25] of the Gooroo Paramārtan,[24] who is saluted,[19] respected,[20] worshipped[21] and praised[22, 23] from the beginning to the end of the world?[18] Is there[33] such a[31] mighty[32] heart[33] to you,[30] son[36] of a black[34] block,[35] offspring[39] of a cruel[37] tiger?[38] Shalt thou[40] exist[42] in a future world;[41] hereafter[43] shalt thou roll along[46, 47] cool[44] water?[45] May thy[48] source[49] be totally[50] dried up[51] and scorched![52] may the glare[56] dart[57] upon the sand[55] of thy bed![53, 54] may fire[60] devour[61] thy[58] waves![59] may thy[62] meadows[63] be parched[64] and withered![65] may thy[66] depths[67] be filled[69] with thorns![68] Hereafter,[70] without[72] moisture,[71] without[74] coolness,[73] without[78] a vestige[77] of the place[76] where thou didst exist,[75] mayest thou be consumed away."[79, 80]

[1] அதுக்கு, see VII. 1 [2] அவர்கள், see XIII. 13, *nom.* to என்றார்கள். [3] கூகூவென்று, a *natural word*, with என்று, see XIX. 14. [4] அலறி, from அலறுகிறது, *vin.* i. c. w. அவர்கள். [5] கோவென்று, see XXIX. 3. [6] அழுது, from அழுகிறது, *vin.* i. c. w. அவர்கள். [7] தம், from தான், *reflect. pron. pl. vett. togh.* gov. by the *postposition*, உள், the fin. ம் doubled, A. G. S. 16. [8] உள், *postposition*, A. G. P. 2 of S. 148, the fin. ள் is doubled, A. G. S. 16. [9] ஒருவன், see XXVI. 6, *sing. nom.* placed absolutely with கட்டிக்கொண்டு. [10] ஒருவனை, *acc.* [11] கட்டிக்கொண்டு, comp. of *vin.* கட்டி, from கட்டுகிறது, and கொண்டு, see XI. 13, *past*, put for *pres. vin.* or *infin.* placed absolutely with ஒருவன். [12] நேஊடிட்டுரா, *adj.* [13] நதியே, see IV. 2, *voc.* [14] கறட்டினும், from கறடு, *sub. vett. togh.* with the *particle* உம் affixed, which is a usual mode of expressing comparison, the fin. ம் changed to ங், A. G. S. 31. [15] கடிதே, from கடுமை, *vineik.* A. G. P. 1 of S. 122. *voc.* [16] புலையனும், from புலை, see XXIX. 14. [17] கொடிதே, from கொடுமை, see XXIX. 15. [18] லோகாத்தியந்தம், *sub.* used *adverbially.* [19] வணங்கி, *vin.* from வணங்குகிறது. [20] வாழ்த்தி, *vin.* from வாழ்த்துகிறது. [21] பணிந்து, *vin.* from பணிகிறது, the in. ப doubled, A. G. S. 21: these three *vineiyechchams*, according to the usual method of forming a *comp. verb* in *Tamul*, are

united with the following *part.* புகழ்ப்படும். [22, 23]புகழ்ப்படும், *fut. part. passive voice,* comp. of புகழ, *infin.* from புகழுகிறது, and படும், *fut. part.* from படுகிறது, A. G. S. 76, i. c. w. பராமார்த்தகுருவென், the in. ப doubled, A. G. S. 22. [24]பராமார்த்தகுருவென், *sub. vett. togh.* i. c. w. சீஷனை. [25]சீஷனை, see III. 5, *sing. acc.* [26]வெகுங்க, see XIII. 8, *v. infin.* i. c. w. வுத்சாதேபோனேயோ. [27]சற்றும், see XII. 15. the in. ச doubled, A. G. S. 22. [28]வுத்சாதேபோனேயோ, *neg. v.* comp. of *neg. vin.* வுத்சாதே, from வுத்சாகிறது, A. G. P. 3 of S. 101, and *v.* போனேயோ, from போகிறது, *past. 2nd pers. sing.* the *particle* ஓ is added, to denote doubtful interrogation, A. G. P. 1 of S. 142. [29]வுடா, *interj.* [30]உனக்கு, from from நீய், *pers. pron. sing. dat.* [31]வுத்தமை, *adj.* [32]பெரிய, *adj.* [33]நேத்சோ, *sub.* நேத்சு, with the *part.* of *interrog.* ஓ, *sing. nom.* to the *sub. v.* understood, A. G. S. 87. [34]கரும், from கருமை, *adj.* the fin. ம் changed to ங், A. G. S. 31. [35]கறட்டு, from கறடு, *vett. togh.* i. c. w. மகனே. [36]மகனே, from மகன், *sub. sing. voc.* [37]கோடும, from கோடுமை, *adj.* [38]வெங்கை, *sub. vett.* i. c. w. பசுட்பே. [39]பசுட்பே, from பசுப்பு, *sub. sing. voc.* [40]நீய், see XXIX. 30, *nom.* to ஆவாயோ. [41]இனிலோகத்தில், from இனிலோகம், *sub. sing. l. abl.* [42]ஆவாயோ, from ஆகிறது, *v. fut. 2nd pers. sing.* the *particle* of *interrog.* ஓ is added. [43]இனி, *adv.* [44]குஷம், from குஷமை, *adj.* [45]புணலை, from புணல், *sub. sing. acc.* [46]உருடி, from உருட்டுகிறது, *vin.* i. c. w. நீய், understood.

[47] போவாயோ, from போகிறது, see XXIX. 41, the in. ப doubled, A. G. S. 21. [48] உன், see XXIX, 30, *vett.* i. c. w. ஊற்று, the fin. ன doubled, A. G. S. 16. [49] ஊற்று, *sub. sing. nom.* placed absolutely with the *infin.* காய, in an imprecative sense. [50] முழுதும், *adv.* [51] பற்றி, from பற்றுகிறது, *vin.* i. c. w. ஊற்று. [52] காய, from காய்கிறது, *v. infin.* placed absolutely with ஊற்று, the in. க doubled, A. G. S. 21. [53] உன், see XXIX. 48. [54] அடி, *sub. vett.* i. c. w. மணலிலே. [55] மணலிலே, from மணல், *l. abl.* [56] காணல், *sub. nom.* see XXIX. 49. [57] பாய, *infin.* from பாய்கிறது. [58] உன். [59] அலைகளை, see XXIV. 3, *pl. acc.* [60] அக்கினி, *sub. nom.* [61] மேய, *infin.* from மேய்கிறது. [62] உன். [63] வயல், *sub. sing.* [64] அழன்று, from அழலுகிறது, *vin.* i. c. w. வயல். [65] வறள, *infin.* from வறளுகிறது. [66] உன். [67] பள்ளம், *sub. nom.* [68] முள்ளாலே, from முள், *c. abl.* [69] நிரம்ப, *infin.* from நிரம்புகிறது. [70] இனி, see XXIX. 43. [71] ஈரம், *sub. nom.* gov. by the *postposition* இன்றி. [72] இன்றி, *vin.* used as a *postposition*, A. G. P. 3 of S. 102. [73] குளுமை, *sub. nom.* the in. க doubled, A. G. S. 21. [74] இன்றி, see XXIX. 72. [75] நின்ற, see XXV. 11. [76] இடத்து, see XII. 4, *vett. togh.* [77] உறையாளம், *sub. nom.* [78] இன்றி. [79] வேந்து, from வேகிறது, *vin.* i. c. w. நீ, understood. [80] கிடக்க, from கிடக்கிறது, *v. infin.* placed absolutely, in an imprecative sense, with நீ, understood. [81] என்றார்கள், see VI. 41. *pl.* agreeing with அவர்கள்.

## XXX.

Thus[1] did they chatter[8] all sorts of[2] abuse and railing,[3] stretching forth[5] (their) hands[4] and cracking[7] (their) fingers.[6]

[1] இப்படி, see XVIII. 1. [2] பற்பல, see IX. 7. [3] வசையுநிந்தையும், *subs. sing. nom.* for *acc.* united by the *cop. conj.* உம், repeated, and gov. by பிதற்றிக்கொண்டிருந்தார்கள்; the usual change of the nasals, A. G. S. 31. [4] கை, *sub. sing.* for *pl. nom.* for *acc.* [5] நீட்டி, from நீட்டுகிறது, *vin.* i. c. w. அவர்கள், understood. [6] விரல், *sub. sing.* for *pl. nom.* for *acc.* [7] முறுக்கி, *vin.* from முறுக்குகிறது, i. c. w. அவர்கள், understood. [8] பிதற்றிக்கொண்டிருந்தார்கள், *v.* comp. of *vin.* பிதற்றி, from பிதற்றுகிறது, *vin.* கொண்டு, and *sub. v. past. 3rd pers. pl.*

## XXXI.

Nevertheless,[1] from hasty[2] stupidity,[3] no one knew,[11,12] up to[5] that time,[4] that[10] such a one[9] among them[6] had gone[8] with the river,[7] nor enquired[16] as to[15] who[14] that[13] (person might be).

[1] ஆகிலும், from ஆகிறது, *conjunctive mood,* with the *particle* உம், here used as a *disjunctive conj.* A. G. P. 5 of S. 104. [2] பதறின, from பதறுகிறது, *past part.* [3] மிலேச்சத்தனத்தினால், from மிலேச்சத்தனம், *sub. sing. c. abl.* the affix தனம், has an abstractive force; as மிலேச்சன், "a fool," மிலேச்சத்தனம், "folly:" also, like the English affix *ness,* it changes *adjs.* into *subs.* denoting state or quality; as

சின்ன, "little *or* mean," சின்னத்தனம், "littleness *or* meanness." [4]அந்நேரம், *sub.* comp. of the *ind.* letter அ and நேரம், A. G. P. 1 of S. 60, *sing. nom.* gov. by the following *postposition*, the fin. ம் is dropped, A. G. S. 32. [5]மட்டும், *sub.* used as a *postposition*, A. G. S. 150, the fin. ம் changed to ந, A. G. S. 31. [6]தங்களுக்குள், see XXVIII. 12 and 13, the fin. ள் doubled, A. G. S. 16. [7]ஆகிலேலே, see XXVI. 7. [8]போனவன், from போகிறது, *past verbal pagh. masc.* A. G. P. 1 of S. 113, *nom.* subject of the *sub. v.* understood. [9]இன்னான், from the *pron. adj.* இன்ன, *nominal pagh.* A. G. P. 1 of S. 122, *sing. nom.* predicate of the *sub. v.* understood. [10]என்ன, see II. 1. [11]ஒருவன், see XXVI. 6. [12]அறியவுமில்லை, *def. v.* இல்லை, used with the *infin.* அறிய, from அறிகிறது, to form a general *neg.* applicable according to the context, to any *tense*, *person*, *gender* or *number*, A. G. P. 1 of S. 102, the *cop. conj.* உம் is interposed. [13]அவன், see XIX. 8, *nom.* subject of the *sub. v.* understood. [14]எவன், *interrog. pron. masc.* A. G. P. 1 of S. 59, *sing. nom.* predicate to the *sub. v.* understood. [15]என்ன, see II. 1. [16]வெசாரிக்கவுமில்லை, from வெசாரிக்கிறது, same analysis as XXXI. 12.

## XXXII.

At that juncture,[1] one,[4] a sensible person,[3] who was a traveller,[2] approaching[5] and feeling compassion,[6] asked[15] thus:[14] "How![7] Sir,[8] how![9] what[12] (is) the misfortune[11] which has happened?[10] say (ye).[13]

[1] அத்தறுவாயிலே, from அத்தறுவாய், comp. of the *ind.* letter அ, A. G. P. 1 of S. 60, and the *sub.* தறுவாய், *l. abl.* implying time, A. G. P. 4 of S. 49. [2] வழிப்போக்கனாக, comp. of *sub.* வழி, and *sub.* போக்கன், with the *infin.* ஆக, see II. 8. [3] புத்திமான், *sub. sing. nom.* to கேட்டான், the in. ப doubled, A. G. S. 22. [4] ஒருவன், see XXVI. 6, in apposition with புத்திமான் [5] சென்று, see XXV. 2, i. c. w. புத்திமான். [6] மனத்திரங்கி, from மனத்திரங்கிறது, *nominal v.* comp. of *sub.* மனது, and *v.* இரங்கிறது, *vin.* i. c. w. புத்திமான். [7] ஏது, *adv.* [8] ஐயா, see XX. 25. [9] ஏது, *adv.* [10] வந்த, see III. 12, *past part.* [11] துரிதம், *sub. sing. nom.* subject of the *sub. v.* understood. [12] என்ன, *interrog. pron. adj.* used absolutely, as the predicate of the *sub. v.* understood. [13] சொல்லுங்கோள், see VIII. 12, *v. imp. mood, 2nd pers. pl.* A. G. P. 1 of S. 68. [14] என்று, see II. 1. [15] கேட்டான், see XV. 9, *v. past. 3rd pers. sing. masc.* agreeing with புத்திமான்.

## XXXIII.

And as they related[1,4] in order[2] what had happened,[3] he[5] perfectly[8] perceiving[9] their[6] folly,[7] said,[30] "All[12] that hath taken place[11] heretofore[10] hath happened;[13] if[19] ye[14] will make[18] me[15] a suitable[16] recompense,[17] there is[26] power[25] to me[24] to call[23] hither[22] him who is gone[21] with the river;[20] rest assured,[29] (I am) very[27] learned in arts.[28]

[1] அவர்களும், see XIII. 13, *nom.* placed absolutely with the *infin.* சொல்ல, the *cop. conj.* உம் is added.

[2] ஒழுங்குபட, the *sub.* ஒழுங்கு, rendered *adverbial* by the *infin.* பட, from படுகிறது, A. G. P. 6 of S. 96. [3] நடந்ததை, *sing. acc.* of நடந்தது, *neut. past. verbal pagh.* from நடக்கிறது. [4] சொல்ல, see VIII. 12, *v. infin.* placed absolutely with அவர்கள், the in. ச doubled, A. G. S. 20. [5] அவன், see XIX. 8, *nom.* to என்றான். [6] இவர்கள், see XX. 3, *vett.* i. c. w. the following word. [7] மிலேச்சத்தனத்தை, see XXXI. 3, *acc.* gov. by கண்டுகொண்டு. [8] நன்றாய், see XII. 11. [9] கண்டுகொண்டு, comp. of *vin.* கண்டு, see VI. 7, and கொண்டு, see XI. 13 and XVI. 5, *vin.* i. c. w. அவன். [10] முன், *adv.* the fin. ன doubled, A. G. S. 16. [11] ஆனது, from ஆகிறது, *neut. past verbal pagh. nom.* to ஆயிற்று. [12] எல்லாம், see XII. 19, *nom.* in apposition with ஆனது, A. G. Note in Page 29. [13] ஆயிற்று, XXII. 28. [14] நீங்கள், see XXIX. 40, *pl. nom.* to செய்வீர்கள். [15] எனக்கு, see VI. 22, *dat.* [16] ஒத்த, from *def. v.* ஒக்கும், *past part.* [17] வெகுமானத்தை, from வெகுமானம், *sub. sing. acc.* [18] செய்வீர்கள், see II. 4, *v. fut. 2nd pers. pl.* agreeing with நீங்கள், the in. ச doubled, A. G. S. 20. [19] ஆனால், from ஆகிறது, *conjunctive* form of the *v.* A. G. P. 1 of S. 91. [20] ஆற்றேடே, see XXVI. 7. [21] போனவனை, see XXXI. 8, *acc.* gov. by அழைப்பிக்க. [22] இங்கே, *adv.* [23] அழைப்பிக்க, from அழைப்பிக்கிறது, *v. infin.* gov. by திராணியுண்டு. [24] எனக்கு, see XXXIII. 15, gov. by உண்டு, see XV. 2. [25] திராணி, *sub. sing. nom.* to உண்டு, the in. த doubled, A. G. S. 19. [26] உண்டு, from the root

உள், *v. def.* [27] வேகு, *adj.* [28] வைத்தைபடித்தவன், comp. of the *sub.* வைத்தை, and படித்தவன், *past verbal pagh. masc.* from படிக்கிறது, *sing. nom.* to the *sub. v.* understood. [29] ஆக்கும், see X. 5. [30] என்றான், see XVII. 24.

## XXXIV.

To that,[1] the Gooroo[2] rejoicing,[3] replied,[13] "If[6] thou[4] wilt do[6] thus,[5] we will give[12] thee[11] forty-five[9] fanams,[10] which were kept[8] for the journey."[7]

[1] அதுக்கு, see VII. 1. [2] குருவானவர், *nom.* to the *v.* என்றார், see VII. 2. [3] சந்தோஷப்பட்டு, see XIII. 14, *vin.* i. c. w. குருவானவர். [4] நீய், see XXIX. 40, *nom.* to the *conjunctive* form செய்தால். [5] இப்படி, see XVIII. 1. [6] செய்தால், see II. 4, *conjunctive* form, A. G. P. 1 of S. 91. [7] வழிக்கு, see III. 8, *dat.* [8] வைத்திருந்த, *part.* comp. of *vin.* வைத்து, from வைக்கிறது, and the *past part.* இருந்த, from இருக்கிறது, i. c. w. பணம். [9] நாற்பத்தஞ்சு, *num. adj.* [10] பணமும், *sub. sing.* for *pl. nom.* for *acc.* gov. by தருவோம்; *neuter nouns* are always placed in the *sing.* instead of the *pl.* when preceded by a *num. adj.*; the *particle* உம் added to denote totality. [11] உனக்கே, see XXIX. 30, the *particle* ஏ is added for the sake of emphasis. [12] தருவோம், from தருகிறது, *v. fut. 1st pers. pl.* A. G. S. 110, the in. த doubled, A. G. S. 18. [13] என்றார், see XXVII. 20.

## XXXV.

And[2] he,[1] brandishing[5] a stick[4] which he bore in (his) hand,[3] said,[29] "In this[6] to be sure[7] this[8] art[9] is contained;[10] if[24] ye,[11] having placed yourselves[13] in a row,[12] on receiving[19] by this[14] stick[15] a[17] blow[18] upon the back,[16] each[20] telling[23] his[21] name,[22] will continue counting,[24] I will cause[28] all six persons[25] to be arrived[27] here."[26]

[1] அவன், see XXXIII. 5. [2] உம், *cop. conj.* the fin. ம் changed to ங், A. G. S. 31. [3] கையிலேந்தின, see V. 7 and 8. [4] தடியை, from தடி, *sub. sing. acc.* [5] ஓங்கி, from ஓங்குகிறது, *vin.* i. c. w. அவன். [6] இதிலே, see XX. 1, *l. abl.* [7] ஆக்கும், A. G. P. 1 of S. 104. [8] இந்த, see IV. 1. [9] வித்தை, *sub. sing. nom.* to அடங்கியிருக்குது. [10] அடங்கியிருக்குது, comp. of the *vin.* அடங்கி, from அடங்குகிறது, and the *sub. v. pres. 3rd pers. neut.* [11] நீங்கள், see XXXIII. 14. [12] நிரைநிரையாய், *sub.* நிரை repeated, with the *vin.* ஆய், see XII. 11. [13] இருந்து, from இருக்கிறது, *vin.* i. c. w. நீங்கள். [14] இந்த, see IV. 1. [15] தடியால், see XXXV. 4, *c. abl.* the in. த doubled, A. G. S. 24. [16] முதுகில், from முதுகு, *sub. sing. l. abl.* [17] ஓர், see III. 18. [18] அடி, *sub. sing. nom.* for *acc.* gov. by படவே. [19] படவே, from படுகிறது, *v. infin.* placed absolutely with நீங்கள், the *particle* ஏ is added for the sake of emphasis. [20] அவனவன், see VIII. 8, *nom.* to the *conjunctive* form எண்ணிக்கொண்டுவந்தால். [21] றன், see XI. 10, the in. த changed to ற, A. G. S. 33. [22] பெயரை, from பெயர், *sub. sing. acc.* [23] சொல்லி, see

XXIII. 4, i. c. w. அவனவன், the in. ச doubled, A. G. S. 20. [24]எண்ணிக்கொண்டுவந்தால், *v.* comp. of the *vin.* எண்ணி, see XXV. 17, *vin.* கொண்டு, and the *conjunctive* form வந்தால், from வருகிறது, A. G. P. 1 of S. 91; the several *tenses* of the *comp. v.* கொண்டுவருகிறது added to the *vin.* of any other *verb*, give the force of continuance to the action, A. G. P. 2 of S. 106. [25]அறவரும், see III. 2, *nom.* before the *infin.* வந்திருக்க. [26]இங்கே, *adv.* see XXXIII. 22. [27]வந்திருக்க, *v. infin.* comp. of *vin.* வந்து, see III. 12, and the *infin.* of the *sub. v.* gov. by அறவரும். [28]பண்ணுவேன், from பண்ணுகிறது, *v. fut.* 1*st pers. sing.* the in. ப doubled, A. G. S. 22. [29]என்றன், see XVII. 24, agrees with அவன்.

## XXXVI.

Having placed[3] them[2] thus;[1] first[4] planting[10] a blow[9] whack![8] upon[7] the Gooroo's[5] back,[6] and[12] he[11] saying,[17] "Holloa![13] I,[14] myself,[15] the Gooroo;"[16] he[18] pronounced,[20] one.[19]*

[1]இப்படி, *adv.* see XVIII. 1. [2]அவர்களை, see XXVIII. 6. [3]நிறுத்தி, see XI. 32, i. c. w. அவன், understood. [4]முந்திமுந்தி, from முந்துகிறது, *vin.* repeated, and here used *adverbially*, A. G. Note to Page 157. [5]குருவின், see XXVII. 8, *vett. togh.* i. c. w. முதுகின், the in. க doubled, A. G. S. 21. [6]முது

---

* The Pronoun No. 11 is honorific, while the pronoun No. 18 is not so; which, in the original, clearly indicates that the former refers to the Gooroo, and the latter to the traveller.

கின், see XXXV. 16, *vett. togh.* gov. by the *postposition* மேலே. [7] மேலே, *postposition*, A. G. S. 147. [8] பலக்க, *a natural word.* [9] ஓடி, see XXXV. 17 and 18. [10] போய, from போகிறது, *infin.* placed absolutely with the *pron.* அவன், understood. [11] அவர், see XXXIII. 5, *hon.* placed absolutely with the *infin.* என்ன. [12] உம், *cop. conj.* [13] அப்பாபா, *interj.* [14] நான், see VI. 35, *nom.* to *sub. v.* understood. [15] தான், see VI. 40, the in. த changed to ற, A. G. S. 33. [16] ஆறு, see XXVII. 8, in apposition with நான். [17] என்ன, from என்கிறது, *v. infin.* placed absolutely with அவர். [18] அவன், see XXXV. 1. [19] ஒன்று, *noun* of *number*, used absolutely, A. G. P. 1 of S. 133. [20] என்றன், see XVII. 24.

## XXXVII.

In this manner,[1] he[2] striking[6] all[3] a[4] stroke,[5] and they,[7] separately,[10] both[12] pronouncing[11] their[8] names[9] and[15] adding[14] the account,[13] they agreed[21] in perceiving,[20] that[19] even one[18] was not missing[19] of the six[16] persons.[17]

[1] இவ்வாறு, comp. of the *ind.* letter இ, A. G. P. 1 of S. 60, and வாறு, *sub. sing. nom.* put for *l. abl.* [2] இவன், see V. 2, placed absolutely with the *infin.* வெட்டவே. [3] எல்லாரையும், see XXVII. 1, *acc.* gov. by வெட்டவே. [4] ஒரு, *num. adj.* [5] வெட்டு, *sub. sing. nom.* for *acc.* gov. by வெட்டவே, which therefore virtually governs two *accusatives*, A. G. S. 48. [6] வெட்டவே, from வெட்டுகிறது, *v. infin.* placed absolutely with இவன்: the *particle* ஏ added (with the usual rules of orthography) appears to be expletive. [7] அவர்களும், see XXXIII. 1, the fin.

ம் changed to ந, A. G. S. 31. [8] தங்கள், see XI. 28, *vett. togh.* i. c. w. பேயர். [9] பேயர், see XXXV. 22, *nom. for acc.* gov. by உச்சரிக்க. [10] வெறுவெறுக, *adj.* வெறு repeated with the *infin.* ஆக; see XVI. 10. [11] உச்சரிக்க, from உச்சரிக்கிறது, *v. infin.* placed absolutely with அவர்கள். [12] உம், *cop. conj.* the fin. ம் changed to ங, A. G. S. 31. [13] கணக்கு, see XXVII. 10. [14] எண்ண, from எண்ணுகிறது, *infin.* coupled with உச்சரிக்க, by the *conj.* உம், repeated. [15] உம், see XXXVII. 12. [16] ஆறு, *num. adj.* [17] பேயரில், see XXXV. 22, *l. abl.* [18] ஒருவனும், see XXVI. 6, *nom.* before the *infin.* இறையாமல்நிற்க; the *particle* உம் is added, which followed by a *negative*, has the force of *even*, A. G. P. 5 of S. 140; the fin. ம் changed to ங, A. G. S. 31. [19] இறையாமல்நிற்க, *v. infin. neg.* formed by the *neg. vin.* இறையாமல், from இறைகிறது, and the *infin.* நிற்க, from நிற்கிறது, which is often used instead of the *sub. v.* A. G. P. 1 of S. 75, gov. by ஒருவனும்; the fin. ல் and in. ந might have coalesced and become ன: thus, இறையாமனிற்க, A. G. S. 37. [20] கண்டு, see VI. 7, i. c. w. அவர்கள், understood, the in. க doubled, A. G. S. 22. [21] ஒத்துக்கொண்டார்கள், *v.* comp. of *vin.* ஒத்து, from ஒக்கிறது, and கொண்டார்கள், *past. 3rd pers. pl.* agreeing with அவர்கள், understood.

## XXXVIII.

Wherefore[1] being astonished,[2] greatly[5] praising[6] the divine conjurer[4] who had come,[3] (and) giving (him)[9] the stipulated[7] money,[8] (they) went away.[10]

[1] ஆனகயால், *c. abl.* of ஆனக, *verbal* in ஐ, from ஆகிறது, used absolutely, A. G. Note to Page 117. [2] உதிசேயப்பட்டு, from உதிசேயப்படுகிறது, comp. of *sub.* உதிசேயம், and *v.* படுகிறது, *vin.* i. c. w. அவர்கள், understood. [3] வந்த, see XXXV. 27, *past part.* i. c. w. தேவவைத்தியக்காரனை. [4] தேவவைத்தியக்காரனை, from தேவவைத்தியக்காரன், comp. of தேவன், and வைத்தியக்காரன், *deriv. noun*, from *sub.* வைத்தியம், see XVIII. 5, *sing. acc.* gov. by உஸ்துதித்து. [5] மிகவும், from மிகுகிறது, *infin.* with the *particle* உம் affixed, used *adverbially.* [6] உஸ்துதித்து, from உஸ்துதிக்கிறது, *vin.* i. c. w. அவர்கள், understood. [7] சொன்ன, see XXIII. 4, *past part.* the in. ச doubled, A. G. S. 19. [8] பணத்தை, see XXXIV. 10, *sing. acc.* [9] கொடுத்துவிட்டு, comp. of *vin.* கொடுத்து, from கொடுக்கிறது, and *vin.* விட்டு, from விடுகிறது, *comp. vin.* in which the *vin.* விட்டு is redundant, A. G. P. 2 of S. 109, i. c. w. அவர்கள், understood, the in. க doubled, A. G. S. 20. [10] போனார்கள், see XXIV. 26, agrees with அவர்கள், understood, the in. ப doubled, A. G. S. 19.

FINIS.